నిజ భగవద్గీత

(విజయం కోరుకునేవారి కోసం)

హరి బాబు ఈశ్వరప్రగడ

ముందుమాట

భగవద్గీత శ్రీకృష్ణ పరమాత్మ మానవాళికి అందించిన మహత్తర సందేశం. ఎలా జీవించాలి? ఎలా మరణించాలి? మానవ ధర్మమేంటి? దానినెలా నిర్వర్తించాలి వంటి మార్గదర్శనం జాతి, కుల, మత, ప్రాంత, కాల భేదాలు లేకుండా ప్రతి వ్యక్తి కోసం ఈ గ్రంథంలో సందేశం ఇవ్వబడింది. దురదృష్టవశాత్తు, భగవద్గీతను దాని పాఠకులు ఎక్కువ మంది తప్పుగా అర్థం చేసుకున్నారు.

తమ జీవిత చరమాంకంలోనైనా ఈ పుస్తకంలోని ఏదైనా భాగాన్ని చదివినా లేదా విన్నప్పటికీ ఈ పుస్తకం ప్రజలకు మోక్షాన్ని ఇస్తుందని పండితులు వివరించారు. పండితులు, అదే విధంగా దుర్మార్గులను శిక్షించడానికి, సత్పురుషులను ఉద్ధరించడానికి దేవుడు ప్రతిసారీ సజీవంగా వస్తాడని, తనపై విశ్వాసం ఉంచి తన స్తోత్రాలను జపించే వ్యక్తుల సంక్షేమాన్ని దేవుడు చూస్తాడని వారు వివరించారు. అందువల్ల ప్రజలు ఈ పుస్తకం నుండి నిజమైన ప్రయోజనం పొందడం లేదు.

ప్రతి ఒక్కరూ తమకు సంతోషాన్ని కలిగించే విషయాలను వినాలని కోరుకుంటారు. మీరు జ్ఞానాన్ని వ్యాప్తి చేయడానికి ప్రయత్నిస్తే, అందరికీ నచ్చదు. కొంతమంది ఆసక్తిగల వ్యక్తులు మాత్రమే దీన్ని ఇష్టపడవచ్చు. అందుకే నేనూ భగవద్గీతలోని

శ్లోకాలను, వాటి అసలు అర్థాలను అన్వయిస్తూ నిత్య జీవితంలో విజయం సాధించాలనుకునే వారి కోసం ఈ పుస్తకాన్ని వ్రాశాను. దైనందిన జీవితంలో ఉపయోగపడే ఇలాంటి చరణాలను మాత్రమే భగవద్గీత నుంచి తీసుకోవడం వల్ల క్లుప్తంగా వ్రాయగలిగాను.

భగవద్గీత కర్తవ్యాన్ని ప్రేరేపించే గ్రంథం. సోమరులకు, చెడ్డవారికి మోక్షం ఇవ్వాలనే ఉద్దేశ్యంతో చెప్పింది కాదు. ఇది యుద్ధం ప్రారంభం కాకముందే శ్రీకృష్ణుని ద్వారా వెల్లడి చేయబడింది కాని, ప్రజలు తమ బంధువుల మరణానంతరం భగవద్గీత శ్లోకాలను పఠిస్తున్నారు. ఇది మహాపాపం మరియు భగవద్గీతకు అవమానం. నిజమేమిటంటే, ఫలితం ఆశించకుండా, భయం, పక్షపాతం లేకుండా నీ కర్తవ్యాన్ని నిర్వర్తించమని శ్రీకృష్ణ భగవానుని రూపంలో మానవాళికి అర్జునుని ద్వారా విశ్వం ప్రబోధించిన వచనం భగవద్గీత.

అర్జునుడు క్షత్రియుడు కాబట్టి శ్రీకృష్ణుడు అర్జునుడిని యుద్ధం చేయమని, చంపాలని లేదా యుద్ధంలో చనిపోవాలని ప్రేరేపించాడు. ఇది అందరు వ్యక్తులకు, అన్ని మతాలకు, ప్రాంతాలకు మరియు నాస్తికులకి కూడా అన్ని కాలాలకు వర్తిస్తుంది. మీరు వ్యాపారంలో ఉన్నా, వృత్తిలో ఉన్నా లేదా ఉద్యోగంలో ఉన్నా, మీకు ఒక ధర్మం ఉంటుంది. అర్జునుడు

చేసినట్లుగా భయం లేదా పక్షపాతం లేకుండా దానిని మీరు అమలు చేయాలి. క్షత్రియులకు తప్ప ఇతరులకు ఆత్మరక్షణకోసం తప్ప ఇతరులను చంపే హక్కు లేదు. అలా చేస్తే వారు సమాజం దృష్టిలోనూ, విశ్వం దృష్టిలోనూ కూడా నేరస్తులే.

అసూయ వ్యక్తిలోని అన్ని మానవ విలువలను నాశనం చేస్తుంది. ఇది భౌతిక శరీరాన్ని మరియు మనస్సును కూడా నాశనం చేస్తుంది. అది అతని హృదయాన్ని కాల్చివేస్తుంది మరియు చివరకు అతన్ని కృశించి, కుంగిపోయి చనిపోయేలా చేస్తుంది. కురుక్షేత్ర యుద్ధానికి ప్రధాన కారణం దుర్యోధనుడికి పాండవుల పట్ల అసూయ.

మీరు జ్ఞప్తికి తెచ్చుకుంటే రామాయణ మహా కావ్యానికి కూడా శ్రీరాముని పట్ల అతని సవతి తల్లి కైకేయి అసూయ, ఆమె కుమారుడు భరతుడిపై వ్యామోహమే కారణాలుగా కనిపిస్తాయి. భారత కథలో శకుని లాంటి పాత్రనే రామాయణంలో దాసి మంథర పోషిస్తుంది. రెండు కథలలోను అసూయకు కారణం రాజ్య కాంక్షనే.

త్రేతాయుగమైనా, ద్వాపర యుగమైనా, కలియుగమైనా మానవ సంబంధాలు, మానవ ఆలోచనలు అలాగే ఉండిపోయాయి, భవిష్యత్తులో కూడా అలాగే ఉండిపోతాయి.

అందుకే మానవ ఆలోచన, ప్రవర్తనలలో మార్పు రావలసిన అవసరం మానవాళి మనుగడలో ఉన్నంత కాలం ఉంటూనే ఉంటుంది. అందుకే భగవద్గీత సర్వ మానవాళికి సర్వకాలాలకు మార్గదర్శక గ్రంథం.

ధర్మమే మన లక్ష్యం; ధర్మాన్ని పాటించే ప్రయత్నం సాధన; ఆ ప్రయత్నంలో విజయం సాధించడం సిద్ధి; సిద్ధి పొందిన తర్వాత ఏ ధర్మం కోసం పోరాడి సిద్ధి సాధించారో అదే ఆదర్శం కోసం జీవించడం యోగం. యోగం తర్వాత వచ్చే మరణం మోక్షం. శ్రీకృష్ణుడన్నా, భగవంతుడన్నా, విశ్వమని మనం అర్థం చేసుకుంటే, ఈ పవిత్ర గ్రంథం నుండి మనకు సరైన సందేశం లభిస్తుంది.

– విజయం కోరుకునేవారి కోసం

నిజ భగవద్గీత

(విజయం కోరుకునేవారి కోసం)

విచిత్ర వీర్యుడు కౌరవ రాజ్యానికి రాజు. అతనికి అంబ, అంబాలిక అనే ఇద్దరు భార్యలు. వారు కాశీ రాజు కుమార్తెలు. అతిభోగలాలస వల్ల అర్ధాయుష్కుడుగా విచిత్ర వీర్యుడు సంతానం లేకుండా మరణించాడు. అతని తల్లి సత్యవతి, తండ్రి శంతనుడు.

సత్యవతి పరాశరుడు అనే ముని ద్వారా వేదవ్యాసునికి కూడా తల్లి. విచిత్ర వీర్యుడి భార్యల ద్వారా సంతానాన్ని పొందేందుకు సాధువు అయిన తన పెద్ద కొడుకు వ్యాసుడిని ఆహ్వానించింది సత్యవతి. వ్యాసుడు అంగీకరించాడు. వ్యాసుడు అంబను కలవడానికి వెళ్ళినప్పుడు ఆమె నల్లగా, గడ్డంతో ఉన్న వ్యాసుడిని చూడలేక కళ్ళు మూసుకుంది. అంబకు అంధుడైన కుమారుడు జన్మిస్తాడని సత్యవతికి తెలియజేశాడు వ్యాసుడు. సత్యవతి ఈ సంఘటనకు విలపించింది. అంబాలిక ద్వారా కూడా ఒక బిడ్డను ప్రసాదించమని వ్యాసుడిని అభ్యర్ధించింది. వ్యాసుడు అంబాలికను సమీపించగా, ఆ సన్యాసిని చూసి ఆమె పాలిపోయింది. ఫలితంగా పాలిపోయిన బిడ్డ పాండురాజుకు జన్మనిచ్చింది అంబాలిక. సత్యవతి మళ్ళీ దుఃఖించి, తన దాసికి

కూడా బిడ్డను ప్రసాదించమని వ్యాసుడిని కోరింది. దాసి, సాధువును హృదయపూర్వకంగా స్వాగతించింది. ఆమె విదురుడు అనే వివేకవంతమైన కొడుకును ప్రసవించింది.

ఈ సంఘటన ద్వారా, గర్భం ధరించే సమయంలో తల్లి యొక్క మానసిక స్థితి బిడ్డ లక్షణాలలో ప్రతిబింబిస్తుందని మనం అర్థం చేసుకోవచ్చు. వ్యాసుడు గొప్ప సాధువు. విచిత్ర వీర్యుడికి వారసులను ఇవ్వాలనేది అతని ఉద్దేశం. కానీ తల్లి మానసిక పరిస్థితి మాత్రమే బిడ్డలలో ప్రతిబింబించింది. కాబట్టి, తల్లులు ప్రేమతో, సంతోషకరమైన మనస్సుతో పిల్లలను కనాలి. అప్పుడే వారు సమర్థులుగా మరియు గొప్ప వ్యక్తులుగా అవుతారు. నేటి వైద్యశాస్త్రం కూడా అదే చెబుతోంది. గర్భిణీ స్త్రీలు అందమైన పసి పిల్లలను ఊహించుకోవాలని, అలాంటి చిత్రపటాలు చూడాలని, వీనుల విందైన సంగీతం వినాలని, రుచికరమైన సాత్విక ఆహారాలను భుజించాలని, మనసును సంతోషంగా ఉంచుకోవాలని, ఈనాటి వైద్యులు కూడా చెబుతున్నారు.

ధృతరాష్ట్రుడు, పాండురాజు అన్నదమ్ములు. ధృతరాష్ట్రుడు పెద్దవాడు, కానీ పుట్టుకతో అంధుడు. కాబట్టి, అతని పేరు మీద పాండురాజు దేశాన్ని పాలించాడు. అన్న అంధుడైనా అతనిని నిరసించక, నిర్మూలించక, అతని పేరునే తమ్ముడు రాజ్యం

నిర్వహించాడు. ఇది అన్నదమ్ముల మధ్య ఉండవలసిన సత్సంబంధానికి ప్రతీక.

పాండురాజు అరణ్యంలో వేటకు వెళ్లి అక్కడ మైథున కార్యంలో ఉన్న మృగాల జంటలో మగదానిని సంహరించాడు. ఆడు లేడి, నీవు నీ భార్యతో సంగమించిన ఎడల మరణిస్తావని పాండురాజుకు శాపం పెట్టింది. ఆ శాపాన్ని అతిక్రమించినందున పాండురాజు ముందుగానే మరణించాడు.

పాండురాజు మరణానంతరం, దేశం ధృతరాష్ట్రుడి కుమారులు మరియు పాండురాజు కుమారుల మధ్య విభజించబడింది. ధృతరాష్ట్రుని 100 మంది కుమారులను కౌరవులు అని పిలిచేవారు. పాండురాజు ఐదుగురు కుమారులను పాండవులు అని పిలిచేవారు. దుర్యోధనుడు కౌరవులలో పెద్దవాడు మరియు ధర్మరాజు పాండవులలో పెద్దవాడు. వారు తమ తమ దేశాలను పాలించేవారు. పాండవుల రాజధాని ఇంద్రప్రస్థ మరియు కౌరవుల రాజధాని హస్తినాపురం.

ధర్మరాజు మయసభ అనే తన అద్భుతమైన సభామంటపాన్ని నిర్మించాడు. దానికి దుర్యోధనుడు అసూయపడ్డాడు. ద్రౌపది తనను పరిహసించింది అన్న సెపంతో పాండవులపై కోపం పెంచుకున్నాడు. వారి రాజ్యాన్ని

చేజిక్కించుకోవాలనుకున్నాడు. అతను తన మేనమామ గాంధార రాజు అయిన శకునితో కుట్ర పన్నాడు. గాంధార దేశాన్ని ఇప్పుడు ఆఫ్గనిస్తాన్ అంటారు. కురుక్షేత్ర యుద్ధం, విధ్వంసం మరియు వినాశనానికి మూలకారణం అసూయ అని మనం అర్థం చేసుకోవాలి. ఆ తరువాత జరిగిన పరిణామాలన్నిటికీ అదే మూలం. కనుక, ప్రతి మనిషి ముందుగా అసూయను దూరంగా ఉంచాలి. ఎవరికి ఏ సుఖ భోగాలు సంప్రాపించినా, ఎవరికి ఏ కష్టనష్టాలు కలిగినా అవి భగవంతుడనే విశ్వం యొక్క ప్రణాళికలో భాగాలు. అందువల్ల అందుకు వ్యక్తులపైన అసూయ పెంచుకోవలసిన పనిలేదు.

శకుని మోసపూరిత పాచికల ఆటలో నిపుణుడు. అతని లక్ష్యం కౌరవ పాండవులపై పగ తీర్చుకోవడం. అందుకు, అందులో ఒకరైన కౌరవులతో కలిసి ఉండటమే సాధనమని నిర్ణయించుకున్నాడు. శకుని, అతని తండ్రి అస్థికలతో మాయా పాచికలను తయారు చేసుకున్నాడు. అతని వాస్తవ ప్రణాళిక కౌరవ పాండవులు ఇద్దరినీ నశింప చేయడమే.

దుర్యోధనుడు ధర్మరాజును పాచికలు ఆడమని ఆహ్వానించాడు. సాటి రాజు జూదానికి ఆహ్వానిస్తే తప్పనిసరిగా వెళ్ళాలని ఆనాటి క్షత్రియ ధర్మమట. దుర్యోధనుని తరపున, శకుని ధర్మరాజుతో పాచికలు ఆడాడు. ఇందులో ధర్మరాజు

వరుసగా తన డబ్బు, రాజ్యం, సోదరులు మరియు భార్యను కోల్పోయాడు. చివరకు తనను తాను ఒడ్డుకొని ఓడిపోయాడు. ఆపై దుర్యోధనుడు పాండవుల భార్య ద్రౌపదిని అవమానించే ప్రయత్నం చేశాడు. పెద్దలు వారించారు. శ్రీకృష్ణుడు ఆమెను రక్షించాడు. వారు 12 సంవత్సరాలు అడవుల్లో, ఒక సంవత్సరం మారువేషంలో గడిపిన తర్వాత వారి రాజ్యం తిరిగి ఇవ్వబడుతుందని పెద్దలు నిర్ణయించారు. రహస్య జీవనం సాగిస్తున్న కాలంలో దొరికితే మరో 13 ఏళ్ల పాటు ఇదే విధంగా పునరావృతం కావాలి.

ప్రజాస్వామ్యమని చెప్పుకునే ఈ రోజుల్లో కూడా చట్ట సభల నిర్వహణ ఇలాగే ఉంది. స్త్రీలను అవమానించడం, ప్రత్యర్థులు ఒకరినొకరు అసభ్యంగా నిందించుకోవడం, ఒకరిపై ఒకరు సవాళ్ళు విసురుకోవడం, కాగితాలు చించివేయడం, మైకులు విరగగొట్టడం, ఓడిపోయిన వారిని అవమానించి వేధించడం, చెరసాలలో బంధించటం, ఆపై అంతులేని దౌర్జన్యాలు నెరపడం ఈరోజు రాజకీయాలలో కూడా జరుగుతూనే ఉన్నాయి. ఇలా ఎందుకు జరుగుతున్నది అంటే భారత ప్రజలు ప్రజాస్వామ్య మౌలిక సిద్ధాంతమైన చట్టసభలు వేరు కార్యనిర్వాహక వ్యవస్థ వేరు అన్న అధికార విభజన సిద్ధాంతాన్ని అర్థం చేసుకోకుండా మెజారిటీ సాధించిన వారు పాలకులుగా రూపుదిద్దుకోవడమే. ఓడిపోయిన వారు జైళ్లలోనూ అజ్ఞాతంలోనూ గడపవలసి

వస్తున్న ది. దేశవ్యాప్తంగా ఉన్న శాసనసభల సభ్యులు, లోక్సభ సభ్యులు మరియు రాజ్యసభ సభ్యులు కలిసి రాజ్యాంగబద్ధంగా ఎన్నుకొన్న రాష్ట్రపతిని విస్మరించి ఏదో ఒక్కగానొక్క సభలో మెజారిటీ ద్వారా ముఖ్యమంత్రి లేదా ప్రధానమంత్రి అవ్వడం అరాచకం, ఆటవికం, అప్రజాస్వామికం, రాజ్యాంగ విరుద్ధం.

పాండవులు అరణ్యవాసం మరియు అజ్ఞాతవాసం రెంటినీ విజయవంతంగా పూర్తి చేసి, తమ రాజ్యాన్ని తిరిగి తీసుకోవడానికి వచ్చారు. వారు శ్రీకృష్ణుని ద్వారా అదే సందేశాన్ని పంపారు కానీ దుర్యోధనుడు దేశంలోని చిన్న భాగాన్ని కూడా ఇవ్వడానికి నిరాకరించాడు. పాండవులు ఐదు పట్టణాలైనా ఇమ్మని అడిగారు. సూది మోపినంత స్థలమైనా ఇవ్వననన్నాడు దుర్యోధనుడు. చేతనైతే క్షత్రియోచితంగా తమతో యుద్ధం చేసి రాజ్యం సాధించుకోవాలని సవాలు విసిరాడు దుర్యోధనుడు. కావున పాండవులు, కౌరవుల మధ్య యుద్ధం అనివార్యమైంది.

కౌరవులు మరియు పాండవులు ఒకరిపై ఒకరు యుద్ధం చేయడానికి సంసిద్ధులై కురుక్షేత్రంలో ఎదురు నిలిచారు. ధృతరాష్ట్రుడు యుద్ధరంగంలో ఏమి జరుగుతుందో తెలుసుకోవాలని తహతహలాడుతున్నాడు. సంజయుడు అతని ముందు కూర్చున్నాడు. సంజయుడికి వ్యాసుడు దివ్యదృష్టి

కల్పించాడు. అతను యుద్ధభూమిలో ఏమి జరుగుతోందో చూడగలిగాడు మరియు అతను అదే విషయాన్ని ధృతరాష్ట్రుడికి వివరించాడు. ఒకరిపై ఒకరు యుద్ధం చేయడానికి పాండవులు మరియు కౌరవులు సమావేశమైన తర్వాత కురుక్షేత్రంలో ఏమి జరుగుతోందని ధృతరాష్ట్రుడు సంజయుడిని అడిగాడు. సంజయుడు వివరించసాగాడు.

1.1 ధర్మక్షేత్రే కురుక్షేత్రే సమవేతా యుయుత్సవః మామకా పాండవాశ్చైవ కిమ కుర్వత సంజయ?

ఈ శ్లోకంలో, ధృతరాష్ట్రుడు కురుక్షేత్రాన్ని ధర్మక్షేత్రంగా సంబోధించాడు. ఇది కురుక్షేత్రంలో ధర్మమే గెలుస్తుందని అతను నమ్ముతున్నాడని రుజువు చేస్తుంది. ధర్మం తన పక్షాన ఉందని కూడా అతను విశ్వసించాడని ఇది సూచిస్తుంది. ప్రతి వ్యక్తి తన స్వంత చర్యలు చెడుగా ఉన్నప్పటికీ వాటిని సమర్థించుకుంటాడు. తనకు మాత్రం మంచే జరగాలని ఆశిస్తాడు. అతను తన చర్యలను సమర్థించుకోవడానికి తన వ్యక్తిగత భావాలను ముందుకు తెస్తాడు. ఒక దొంగ, ఒక హంతకుడు కూడా తాము ఆపని ఎందుకు చేయవలసివచ్చిందో వివరించి సమర్థించుకునే ప్రయత్నం చేస్తాడు. ఏది ఏమైనప్పటికీ, మానవ చర్యల యొక్క మంచి లేదా చెడు అనేది విశ్వం ద్వారా నిర్ణయించబడుతుంది. ఆ శక్తిని కొందరు భగవంతుడుగా భావించవచ్చు. నా అభిప్రాయం ప్రకారం విశ్వమే దేవుడు. విశ్వం పరిణామగతం. దాని సహజ పరిణామ రీతులనే మనం భగవంతుని లీలలుగా అర్థం చేసుకుంటున్నాం. ఈ అనివార్య పరిణామ లక్షణమే భగవంతుని శాశ్వతత్వానికి ప్రతీక.

మజ్జిగను మనం నిల్వ చేశామనుకోండి. మరుసటి రోజుకి అవి పుల్లగా మారతాయి. ఆ మార్పు వెనక ఎవరో ఉన్నారు, ఇది ఎవరిదో లీల అనుకోకూడదు. అలా మార్పు చెందటం ప్రతి వస్తువు స్వాభావిక లక్షణం అని మనం గమనించాలి. సృష్టిలో జరుగుతున్న ప్రతి సంఘటనా అంతే. ఒక్క మాటలో చెప్పాలంటే విశ్వం ఒక మెగా కంప్యూటర్. సహస్ర శీర్షా పురుషా సహస్రాక్ష సహస్రపాత్ అన్న పురుషసూక్త ప్రథమ చరణం కూడా ఇదే సూచిస్తోంది. దీనర్థం, భగవంతుడు సర్వాంతర్యామి. జరిగే సంఘటనలన్నీ వింటూ, చూస్తూ, భావిస్తూ వాటికీ తగిన ప్రతిఫలాలు ఇస్తూ ఉంటుంది లేదా ఇస్తూ ఉంటాడు. విశ్వం అంటే విశ్వవ్యాప్తం కాకుండా ఎలా ఉంటుంది? అందువల్ల భగవంతుడు విశ్వంతో ఉన్నాడా, విశ్వంలోపల ఉన్నాడా, విశ్వం బయట ఉన్నాడా, వగైరా ప్రశ్నలు వ్యర్థం. విషయమే భగవంతుడు అని అర్థం చేసుకున్నాక అటువంటి ప్రశ్నలకు అవకాశమే లేదు. అందుకే పురుషసూక్తంకూడా "అంతర్బహిశ్చ తత్సర్వం వ్యాప్య నారాయణ స్థితహా" అంటుంది. వాస్తవానికి హార్డువేర్, సాఫ్ట్ వేర్ అనే రెండు భావాలు లేవు. హార్డ్ వేర్ యొక్క లక్షణమే సాఫ్ట్ వేర్. అందువల్ల, విశ్వం, భగవంతుడు వేరువేరు కాదు. మనం భగవంతుడి లీలలుగా భావించేవి విశ్వం యొక్క స్వీయ లక్షణాలే. అందుకే విశ్వాన్ని గౌరవించాలి. విశ్వ పరిణామక్రమంలో అత్యున్నత దశ మానవ జన్మ అనుకుంటే

మానవ శ్రేయస్సుకోసం శ్రమించడమే విశ్వ ఆరాధన. అదే విశ్వానికి పరమానందం కలిగించే అంశం. అదే పరమాత్మ తత్త్వం.

మీ విధులను ఎలా ఎంచుకోవాలో మరియు వాటిని ఎలా నిర్వర్తించాలో గీత వివరిస్తుంది. ఏదైనా పనిని ప్రారంభించే ముందు సానుకూల దృక్పథం అవసరం. మీరు పరీక్షకు లేదా ఇంటర్వ్యూకు హాజరు కావచ్చు, వ్యాపారం లేదా వృత్తిని ప్రారంభించవచ్చు లేదా క్రీడలు లేదా సాంస్కృతిక కార్యక్రమంలో పోటీ చేయవచ్చు లేదా ఏదైనా ఎన్నికలలో పోటీ చేయవచ్చు కానీ, గెలవాలంటే మీరు దానిని సానుకూల దృక్పథంతో చేయాలి. మీరు పోటీ చేస్తే, మీరు గెలవవచ్చు లేదా ఓడిపోవచ్చు. తదుపరి ప్రయత్నాలకు ఉపయోగపడే కనీసం అనుభవాన్ని మీరు పొందుతారు. పోటీ చేయకుంటే కచ్చితంగా గెలవరు. అనుభవం కూడా ఒనకూడదు.

భర్తృహరి, తన సుభాషితాలులో, చెడ్డ వ్యక్తులు మంచి పనిని ప్రారంభించరని అభిప్రాయపడ్డాడు; మధ్యములు మంచి పనిని ప్రారంభిస్తారు కానీ, అడ్డంకుల వల్ల నిరుత్సాహపడి మధ్యలో వదిలేస్తారు. గొప్ప వ్యక్తులు మంచి పనులను ప్రారంభిస్తారు మరియు కష్టాలు వచ్చినా వాటిని సాధిస్తారు.

జీవితంలో ఏదైనా సాధించాలంటే కఠోర శ్రమ కొనసాగాలని ఇది చెబుతోంది. ప్రయత్నాన్ని మధ్యలోనే వదులుకోకూడదు.

భారతీయ సనాతన వాఙ్మయంనుండి మానవజీవన సంస్కరానికి సూచికలు అనేకం ఉన్నాయి. ఉదాహరణకు అమృతం సాధించాలనే ఆశయంతో దేవదానవులు క్షీరసాగరమధనం చేశారు. ముందుగా ఘోర కాలకూట విషం పుట్టింది. వారు భయపడి ప్రయత్నం విరమించలేదు. ఆపై అద్భుతమైన రత్నరాశులు పుట్టాయి. వాటిని పొంది సంతృప్తి చెందలేదు. చివరకు అమృతాన్ని పొందేవరకు వారు ప్రయత్నించి సఫలమయ్యారు. ఈ కథ నిజామా అబద్ధమా అన్న మీమాంస అనవసరం. అట్టి మీమాంస ఈ కథ నుంచి మనం నేర్చుకోవలసిన జ్ఞానం అనే అమృతాన్ని మననుంచి దూరం చేస్తుంది. అటువంటి మీమాంసకులు మంచి పనిని లేదా ఆలోచనను "ఆరంభింపరు నీచమానవులు" అన్న కోవలోకి చెందుతారని వేరుగా చెప్పనక్కరలేదు. ఇలాంటివారు ఎవరో విదేశీయులు, విదేశీభాషలో చెప్పిన ఉదాహరణలు చదివి చప్పట్లుకొడుతూవుంటారు. ఇదే ఆత్మన్యూనతాభావమంటే.

అయితే. ఒక వ్యక్తి తన స్వంత సామర్ధ్యానికి తగిన పనిని ఎంచుకోవాలి కాబట్టి, మన కోసం ఒక పనిని ఎంచుకునే ముందు మన బలాలు మరియు బలహీనతలను గుర్తించాలి. మీరు అతి

ఆశయంతో అవాస్తవంగా ఉంటే మీరు విఫలమవుతారు. మీరు మీ కోసం చిన్న పనిని ఎంచుకుంటే మీరు మీ సామర్థ్యం కంటే తక్కువ పని చేస్తారు. ఇంత చిన్న పనిని పూర్తి చేయడంలో విజయం సాధించినా అది ఓటమితో సమానం. మీరు మీ సమయాన్ని వృథా చేసుకుంటారు. జీవితంలో సమయం పరిమితం. మీరు దానిని ఉత్పాదక విషయాల కోసం ఉపయోగించాలి. మీరు దానిని వృథా చేయకూడదు లేదా దుర్వినియోగం చేయకూడదు. మీ జీవితంలో మీరు పొందిన మొత్తం సమయం మరియు మీరు దానిని ఎలా ఉపయోగించారు అనే దాని ద్వారా మీ జీవితం నిర్వచించబడుతుంది. చెడు జీవన విధానం జీవిత కాలాన్ని తగ్గిస్తుంది. మంచి జీవనశైలి దీర్ఘాయువు మరియు ఉత్పాదకతను పెంచుతుంది.

ఎంతటి చెడు మార్గంలో ఉన్న వారైనా, ఏ సందర్భంలోనైనా ఆత్మసంస్కారాన్ని ప్రారంభించవచ్చు. అది ఒక వ్యక్తి యొక్క మంచి లేదా చెడు చర్యల ఫలితాలను అతని ఆత్మతో జత చేస్తుంది. అవి అతని లేదా ఆమె వరుస జన్మలలో ప్రతిబింబిస్తాయి. పుట్టుకతో ప్రతి వ్యక్తి యొక్క గుణాల తేడాలకు అదే కారణం. అతను ప్రస్తుత జీవితంలో మంచి పనులతో తన కర్మను సంస్కరించుకోవచ్చు. అలాంటి సంస్కరం

గొప్పవ్యక్తులను కలవడం, శాస్త్ర పఠనం, నిరంతర చింతన ద్వారా సంప్రాప్తమౌతుంది.

1.3. పశ్యైతాం పాండు పుత్రాణాం ఆచార్య మహతీం చమూమ్!

వ్యూడాం ద్రుపద పుత్రేణ తవ శిష్యేణ ధీమతా!!

దుర్యోధనుడు తన సేనా నాయకుడైన ద్రోణాచార్యుని వద్దకు వెళ్లి, "ఎదురుగా ఉన్న గొప్ప యోధులు ఎవరో చూడండి. నీ సమర్థ శిష్యుడు ద్రుష్టద్యుమ్నుడు పాండవుల సేనలను వ్యూహాత్మకంగా అమర్చాడు. వారి పక్షాన మహారథులు భీముడు, అర్జునుడు మరియు భీమార్జునులతో సమానమైన అనేకమంది ఉన్నారు. వారు వరుసగా విరాటుడు, ద్రుపదుడు, ద్రుష్టకేతువు, చేకితాన, కాశీ రాజు, కుంతీభోజుడు, సాయిబ్య, విక్రాంత, యుధామన్యుడు, సుభద్ర కుమారులు మరియు ద్రౌపది కుమారులు".

ఈ శ్లోకం ద్వారా దుర్యోధనుడు ఎదురుగా ఉన్న శత్రు సేనలను అంచనా వేస్తున్నాడు. వారిలోని గొప్పతనాలను గుర్తించి గౌరవిస్తున్నాడు. దీని నుండి, మనం ఒక యుద్ధాన్ని ప్రారంభించినప్పుడు మొదట మన విజయాన్ని అడ్డుకునే వ్యతిరేక శక్తులను గమనించి విశ్లేషించాలి మరియు వాటిని

అధిగమించడానికి ప్రణాళిక వేయాలి. శత్రు సామర్థ్యాలను చులకనగా చూడకూడదు. ఈ విషయంలో ఒక తెలివైన సామెత ఉంది. నీటిలో దిగే ముందు లోతు తెలుసుకోవాలి అని.

1.7.   అస్మాకం తు విశిష్టా యే తాన్నిబోధ ద్విజోత్తమ॥
నాయకా మమ సైన్యస్య సంజ్ఞార్థం తాన్ బ్రవీమి తే ॥

శత్రు బలగాలను అంచనా వేసిన తర్వాత దుర్యోధనుడు తన స్వంత బలగాలను అంచనావేశాడు. ద్రోణాచార్యనితోపాటు భీష్ముడు, కర్ణుడు, కృపాచార్య, అశ్వద్ధామ, వికర్ణుడు, సోమిదత్తుడు మరియు తన కోసం ప్రాణత్యాగం చేయడానికి సిద్ధంగా ఉన్న అనేక మంది గొప్ప యోధుల గురించి ద్రోణాచార్యకు వివరించాడు. ఏదైనా పనిని ప్రారంభించే ముందు తన స్వంత శక్తిని అంచనా వేయడం కూడా ప్రతి వ్యక్తి యొక్క విధి.

1.10. అపర్యాప్తం తదస్మాకం బలం భీష్మాభిరక్షితమ్
పర్యాప్తం త్వదమేతేషాం బలం భీమాభిరక్షితమ్

తన మరియు తన ప్రత్యర్థుల బలాలను అంచనా వేసిన తరువాత, దుర్యోధనుడు సాధ్యసాధ్యాల గురించి తీర్మానాలు చేయడం ప్రారంభించాడు. కౌరవుల సైన్యం 11 అక్షోహిణులుకాగా పాండవుల సైన్యం 7 అక్షోహిణులు అని మనకు తెలుసు.

పాండవుల సేనలు పరిమితమైనవని, ప్రత్యర్థుల కంటే తన స్వంత బలగాలే ఎక్కువగా ఉన్నాయని, అందుకే యుద్ధంలో విజయం సాధించగలనని తెల్చి చెప్పాడు దుర్యోధనుడు. ఈ దశలో చాలా జాగ్రత్తగా ఉండాలి. ఈ సందర్భంలో దుర్యోధనుడు తప్పు చేశాడు. అతను వ్యతిరేక శక్తులను తక్కువ అంచనా వేశాడు మరియు తన స్వంత శక్తులను ఎక్కువగా అంచనా వేశాడు.

స్వంత మరియు వ్యతిరేక శక్తులను అంచనా వేయడం వదిలి, మొదట సామ, దాన, భేద మరియు దండ పద్ధతులను వాటి క్రమంలో వర్తింపజేయడం గురించి ఆలోచించాలి. రాజులకు యుద్ధం మొదటి ఎంపిక కాకూడదు. శ్రీకృష్ణ భగవానుడు కౌరవ పెద్దలకు పరస్పరం పరిష్కారం కోసం సలహా ఇచ్చాడు మరియు యుద్ధం వినాశకరమైనదని చెప్పాడు. బుద్ధిమంతుడు, ధృతరాష్ట్రుని సోదరుడు విదురుడు "మన శత్రువులు మాత్రమే చనిపోతారని చెప్పలేము. మనం కూడా చనిపోవచ్చు. స్వీయ విజయం అనేది యుద్ధం యొక్క అనివార్య పరిణామమని మనం నమ్మకూడదు. ఇది ఎల్లప్పుడూ అనిశ్చితంగా ఉంటుంది. వివాదాలను పరిష్కరించడానికి రాజులు ముందుగా సామ, దాన, భేద పద్ధతులను ఉపయోగించాలి" అని సలహా ఇచ్చాడు. కానీ, దుర్యోధనుడు పెడచెవిని పెట్టాడు. పర్యవసానం మనకు తెలుసు. అలాగే మరో పాఠం ఏమిటంటే విజయం సైన్యం

సంఖ్యపై ఆధారపడి ఉండదు; వారి క్రమశిక్షణ, కార్యదక్షత మరియు సామూహిక సమైక్య ప్రవర్తనపై ఆధారపడి ఉంటుంది.

1.11. అయనేషు చ సర్వేషు యథాభాగమవస్థితాః భీష్మమేవాభి రక్షంతు భవంతః సర్వ ఏవ హి ॥

దుర్యోధనుడు తన బలగాలను సమీకరించి తన లక్ష్యాలను మరియు వ్యూహాలను వివరించాడు. టీమ్‌లీడర్ల సామర్థ్యాలను కొనియాడుతూ వారిని ప్రోత్సహించాడు. భీష్ముడు బ్రతికి ఉండగా తనకు ఓటమి లేదని అతనికి తెలుసు. అందుకే భీష్ముని అన్ని వైపుల నుండి ఎల్లవేళలా రక్షించమని తన బలగాలను ఆదేశించాడు. అనగా, మన పనిలో ప్రధాన అంశమేమిటో గుర్తించి దానిని పరిరక్షించుకోవాలని అర్థం. ముఖ్య నిర్వాహకుడు లేదా కార్యసాధకుడు ఈ విధంగా పని చేయాలి.

ఆధునిక వ్యాపార వ్యవహారాల నిర్వహణకు కూడా ఇదే సిద్ధాంతం వర్తిస్తుంది. అతను తన లక్ష్యాలను మరియు వ్యూహాలను తనకుతానుగా రహస్యంగా ఉంచుకోకూడదు. అలాగే కొంతమంది టీమ్ లీడర్లతో మాత్రమే విడివిడిగా కమ్యూనికేట్ చేయకూడదు. సంస్థ యొక్క లక్ష్యాలు మరియు వ్యూహాలు అత్యల్ప ఉద్యోగి వరకు విస్తరించాలి. కోర్ ఆబ్జెక్టివ్ లేదా కోర్ ప్రాసెస్ అనేది సంస్థాగత విలువగా ఉండాలి. దానిని

ఎవరూ అతిక్రమించకూడదు. దీన్ని డైరెక్ట్ కమ్యూనికేషన్ అంటారు. ఇది సరళమైనది, వేగవంతమైనది మరియు ప్రభావవంతమైనది. పరోక్ష కమ్యూనికేషన్ ఆలస్యం మరియు అపార్థం కలిగిస్తుంది. సంస్థలోని ఉద్యోగులందరూ ఏకీభావంతో పని చేస్తే, లక్ష్యాల సాధన సులభం మరియు ఖచ్చితమైనది అవుతుంది. నాయకుడు తన బృందాన్ని వెంట తీసుకెళ్లగలగాలి. అదే విజయానికి మూలం.

భీష్ముని మరణానంతరం సైన్యాధ్యక్ష పదవి ఎవరు నిర్వహించాలన్న విషయంపై కౌరవ బలగంలో వివాదం ప్రారంభమైంది. దాని పర్యవసానం యుద్ధ నిర్వహణ సమర్థతపై పడింది. పరిణామం పరాజయం. అందుకే ఒక వ్యవస్థలోని ఉద్యోగుల మధ్య మనస్పర్ధలను నివారించాలి, ఆరోగ్యకరమైన పోటీని ప్రోత్సహించాలి. లేకుంటే, ఒకరి ప్రయత్నాలను మరొకరు వమ్ము చేసే ప్రయత్నం చేస్తారు. శత్రువులు తమను ఓడించేబదులు తమను తామే ఓడించుకుంటారు. ఇది సంస్థ లక్ష్యాలకు హాని చేస్తుంది.

1.21 సేనాయోరుభయోర్మధ్యే రథం స్థాపయ మే అచ్యుత.

1.22 యావదేతాస్ నిరీక్షే అహం యొద్ధుకామానవస్థితాస్
కైర్మయా సహయోద్ధవ్యం అస్మిస్ రణసముద్యమే

అర్జునుడు శ్రీ కృష్ణుడిని తన రథాన్ని రెండు సేనల మధ్య ఉంచమని అభ్యర్థించాడు. తద్వారా అతను ఎవరితో యుద్ధం చేయాలో ఎదురుగా ఉన్న శక్తులను చూడాలనుకొన్నాడు. ప్రత్యర్థులతో పోటీకి దిగే ముందు ఎవరైనా చేయవలసినది ఇదే. ముందుగా తన లక్ష్యాలను నిర్ణయించుకోవాలి. స్వీయ మరియు ప్రత్యర్థి బలాలు మరియు బలహీనతలను అంచనా వేయాలి. అప్పుడు ప్రత్యామ్నాయ వ్యూహాలను రూపొందించి వాటిని అమలు చేయాలి.

1.30 గాండీవం స్రంసతే హస్తాత్ త్వక్చైవ పరిదహ్యతే
న చ శక్నోమ్యవస్థాతుం భ్రమతీవ చ మే మనః

అర్జునుడు ప్రత్యర్థి సేనలను చూచి "వీరంతా నా అన్నదమ్ములు, అత్తమామలు, బంధువులు మరియు గౌరవనీయులైన గురువులు. వారు నన్ను చంపాలనుకున్నా లేదా మొత్తం విశ్వ సింహాసనం కోసం అయినా నేను వారిని

చంపలేను. నేను ఘోరమైన పాపం చేయను. నా శరీరం వణుకుతోంది. నా గాండీవాన్ని పట్టుకోలేకపోతున్నాను". ఇలా చెప్పి రథంపై విచారంగా కూర్చున్నాడు.

దుర్యోధనుడు దురాశతో యుద్ధానికి ఉపక్రమించడం తప్పనని, అర్జునుడు కూడా తప్పు చేశాడని మనం అర్థం చేసుకోవాలి. యుద్ధానికి వచ్చిన తర్వాత అర్జునుడు కరుణతో పొంగిపోయాడు. అది యోధుడి పద్ధతి కాదు. వ్యక్తిగత దురాశ, భయం లేదా పక్షపాతం లేకుండా తన ధర్మాన్ని అమలు చేయాలి. ఈ సిద్ధాంతం గురించి అర్జునుడిని ఒప్పించడానికి, కృష్ణుడు అర్జునుడికి అనేక ఇతర విషయాలను కూడా ఉపదేశించాడు.

భగవద్గీత మతపరమైన లేదా భక్తికి సంబంధించిన గ్రంథం కాదు. ఇది మొత్తం మానవాళికి కర్తవ్యం ప్రబోధించే పాఠ్య పుస్తకం. అస్త్ర సన్యాసం చేసిన అర్జునుడితో మహా యుద్ధం చేయించిన గ్రంథమది. ఈ విషయాలు కురుక్షేత్ర యుద్ధం ముగిసే నాటికి రుజువు కానున్నాయి.

రెండవ అధ్యాయంలో, శ్రీ కృష్ణుడు అర్జునుని క్షత్రియునిగా తన కర్తవ్యాన్ని నిర్వర్తించమని ప్రేరేపిస్తాడు. క్షత్రియుని విధి దుష్పరిపాలనను అంతం చేసి న్యాయమైన పాలనను స్థాపించడం. అవసరమైతే ఆ ప్రయోజనం కోసం అతను యుద్ధం

చేయాలి. యుద్ధంలో అతను ప్రత్యర్థులను చంపవలసి ఉంటుంది. తన ప్రాణాలను త్యాగం చేయడానికి కూడా సిద్ధపడాలి.

ఒకరి ధర్మం శాస్త్రాల ప్రకారం నిర్ణయించబడుతుంది. బ్రాహ్మణ, క్షత్రియ, వైశ్య, శూద్ర అనేవి వర్ణ ధర్మాలు. బాల్య, యవ్వన, కౌమార, గృహస్థ మరియు వానప్రస్థ అనేవి వయస్సును బట్టి ధర్మాలు. పిత్భ, మాత్భ, భాత్భ, గురు, శిష్య, మిత్ర మొదలైన ధర్మాలు సంబంధాలను బట్టి నిర్ణయించబడతాయి. సనాతన గ్రంథాల ద్వారా నిర్ణయించబడిన సనాతన ధర్మం ప్రకారం లేదా పాలకులు నిర్దేశించిన సమకాలీన చట్టం ప్రకారం ప్రతిదీ అమలు చేయబడాలి. చట్టం మరియు పురాతన గ్రంథాల మధ్య వైరుధ్యం ఉంటే, రాజు చేసిన సమకాలీన చట్టాన్ని అనుసరించాలి. ప్రాచీన గ్రంథాలకు ఆ కాలపు రాజుల ఆమోదం ఉంది కాబట్టి అవికూడా ఒకనాటి చట్టాలేనని గ్రహించాలి. సమాజం యొక్క పెరిగిన అవసరాల కారణంగా చట్టం మారుతూ ఉంటుంది కాబట్టి, మనము ప్రస్తుత దేశ చట్టాలను అనుసరించాలి.

ఒకప్పుడు ఆడపిల్లకు 8 ఏళ్ళకే పెళ్లి చేసే సంప్రదాయం ఉండేది. ఆక్రమణదారులు, దొరలు ఎదిగిన అమ్మాయిలను తీసుకెళ్ళకుండా ఉండేందుకు బహుశా ఆ సమయాల్లో ఇది

అవసరం కావచ్చు. ప్రస్తుత చట్టాల ప్రకారం 18 సంవత్సరాల లోపు అమ్మాయికి వివాహం చేస్తే అది బాల్య వివాహం క్రిందకు వస్తుంది. శిక్షార్హమవుతుంది.

కన్యాశుల్కం మరోక పద్ధతి. ఈ సంప్రదాయంలో వరుడు వధువుకు కొంత మొత్తంలో డబ్బు చెల్లించాలి. బహుశా ఆమె పూర్వీకుల ఆస్తిలో స్త్రీలకు వాటా ఉండేదికాదు. ఆమెకు తన భర్త లేదా భర్త పూర్వీకుల ఆస్తిలో కూడా హక్కు ఉండేదికాదు. అందువల్ల, ఆమెకు కొంత స్త్రీధనం ఉండాలి. స్త్రీ సంపదను పురుషులు అనుభవించకూడదనేది ఆనాటి నీతి. మరోక లాజిక్ ఏమిటంటే వరుడు తన వివాహ సమయంలో కాబోయే భార్యకు కొంత డబ్బు చెల్లించలేకపోతే అతను ఆమెను మరియు ఆమె పిల్లలను జీవితాంతం ఎలా పోషిస్తాడు అనేది.

కన్యాశుల్కం స్థానంలో వరకట్న విధానం వచ్చింది. ఈ విషయంలో కూడా స్త్రీకి తన తండ్రి ఆస్తిలో హక్కు ఉండదు. అందుచేత, వధువుకు అతని ఆర్థిక సామర్థ్యానికి అనుగుణంగా ఆమె తండ్రి స్త్రీధనంగా ఒక నిర్ణీత మొత్తాన్ని ఇచ్చేవారు. నైతికత క్షీణించింది. పెళ్లయిన తర్వాత కూడా భార్య నుంచి భర్తలు ఎక్కువ కట్నం డిమాండ్ చేసేవారు. అత్యాశగల భర్తల చేతిలో భార్యలు బాధపడ్డారు.

పరిహారంగా, 1987 నుండి తన తండ్రి పూర్వీకుల ఆస్తిపై కుమార్తె యొక్క హక్కు గుర్తించబడింది. ఇది విషయాలను మరింత క్లిష్టతరం చేసింది. కట్నానికి బదులుగా భర్తలు భార్య తండ్రి ఆస్తిలో వాటా డిమాండ్ చేయడం ప్రారంభించారు.

సంస్కరణగా, కఠినమైన వరకట్న నిషేధ చట్టం మరియు గృహ హింస చట్టాలు తీసుకురాబడ్డాయి. భార్యలు ఈ చట్టాలను దుర్వినియోగం చేశారు, వారి భర్తలు మరియు వారి కుటుంబ సభ్యులపై ప్రతీకారం తీర్చుకోవడానికి వాటిని ఉపయోగించారు. గౌరవనీయులైన సుప్రీం కోర్ట్ ఈ దుర్వినియోగాన్ని గుర్తించి భర్తలపైనా వారి బంధువులపైనా ఈ చట్టాల కఠినత్వాన్ని తగ్గించింది.

కాలక్రమేణా సామాజిక, సాంస్కృతిక, రాజకీయ మరియు ఆర్థిక రంగాలలో కూడా మార్పును మనం చూడవచ్చు. అందుకే అంటారు: సార్వకాలిక సంభావనా పరిణతమైన సామాజిక సిద్ధాంతాలు ఉండవు. అవి అనునిత్యం పరిణామగతాలు. ఆ పరిణామాలను చూచి విస్తుపోకూడదు. ఆ మార్పుకు మరెవరో కారణమని నిందించనూకూడదు. అలా చేసేవారు ఏదో ఒక రోజు మార్పుతో చుట్టుముట్టబడి జీవితంలో విఫలం అౌతారు.

న్యాయం కాలాన్ని బట్టి, పాలకులను బట్టి మారుతుంది. సార్వత్రిక ధర్మాలు ఎప్పటికీ మారవు. అవి అన్ని కాలాలకు

చెల్లుతాయి. ఉదాహరణకు, అబద్ధం చెప్పకుండా ఉండడం, దొంగిలించకుండా ఉండడం, పేదలకు సహాయం చేయడం, తల్లిదండ్రులను గౌరవించడం, తోటి మానవులతో మరియు జంతువులతో దయగా ఉండటం, స్త్రీలను గౌరవించడం, పిల్లలను రక్షించడం వంటివి. విదురుడు ధర్మరాజుతో చెప్పాడు, "ఇతరులు నీకు చేయడం నీకు ఇష్టం లేని పనులు నీవు ఇతరులకు చేయకూడదు". ఇది అన్ని ధర్మాలలో ఉత్తమమైనది.

మతం వేరు ధర్మం వేరు. కొంతమంది మతాన్ని ధర్మంగా తప్పుగా అర్థం చేసుకుంటున్నారు. మతం పేరుతో మనుషులను చంపేస్తున్నారు. వారు దేవుని తీర్పులో గొప్ప పాపాన్ని పొందుతారు. విభిన్న మతాలు ఆవిర్భవించిన విభిన్న దేశ, కాలమాన పరిస్థితులపై ఆధారపడి వాటి విధానాలు ఉంటాయి. అందువల్ల ఏ మతం గొప్ప అన్నది అర్థంలేని వాదన. అన్ని మతాల ఆవిర్భావం మానవ జీవన శైలిని నియంత్రించడానికి జరిగినదే. మతం అనేది దేవుని గురించిన భావన మరియు అతనిని ఆరాధించే విధానం. మతం అనేది సంప్రదాయాలు, ఆచారాలు మరియు పండుగలలో వ్యక్తీకరించబడిన జీవన విధానం. ధర్మం సమస్త మానవాళికి సార్వత్రికమైనది. మతం సామూహికం; ధర్మము వ్యక్తిగతం.

మంచి ప్రభుత్వాన్ని అందించడంకోసం భగవంతుడు క్షత్రియులను యుద్ధంలో ప్రాణాలకు తెగించి పోరాడామన్నాడు తప్ప సామాన్య ప్రజలను మతపరమైన భావాలకోసం చంపండి లేదా చావండి అని చెప్పలేదు. శాంతిని నెలకొల్పడం మరియు న్యాయమైన పాలన చేయడం క్షత్రియుని విధి. విద్యార్థిగా, వ్యాపారవేత్తగా, ఉద్యోగిగా, వృత్తిపరంగా లేదా బ్రాహ్మణుడిగా మీ వృత్తిలో మీ కర్తవ్యం ఏమిటో మీరు నిర్ణయించుకోవచ్చు. మీ ప్రయత్నంలో మీరు విజయం సాధించాలి. మీరు ఆట నియమాలను అతిక్రమిస్తే, అది ఫౌల్ అవుతుంది మరియు మీరు శిక్షించబడతారు. తెలివైన పాతకుడికి ఇంతకంటే ఎక్కువ వివరణ అవసరం లేదని నా అభిప్రాయం.

1.32 న కాంక్షే విజయం కృష్ణ న చ రాజ్యం సుఖాని చ
కిం నో రాజ్యేన గోవింద కిం భోగైర్జీవితేన వా!

అర్జునుడు "నేను ఈ యుద్ధంలో విజయం సాధించాలని కోరుకోవడం లేదు. రాజ్యాన్ని లేదా రాజ్యాధికారం అందించే భోగాలను నేను కోరుకోను" అన్నాడు. అది అర్జునుడి యొక్క పొరపాటు అభిప్రాయం. రాజుకు లభించే విలాసాలు తనకు అక్కర్లేదని ఆయన అన్నాడు. అంటే, కిరీటం విలాసాలు ఇస్తుందని భావించాడు. కానీ, అది రాజు నిజమైన ధర్మం కాదు.

రాజుల జీవితం త్యాగం. వారు తమ ప్రజల సంక్షేమం కోసం జీవిస్తారు లేదా చనిపోతారు. తమ ప్రజలకు శాంతి చేకూర్చేందుకు 24 గంటలూ శ్రమిస్తారు. వారు పన్నులు వసూలు చేస్తారు. అటువంటి పన్నుల నుండి అభివృద్ధి మరియు సంక్షేమాన్ని అందిస్తారు. వారు చోరబాట్లు నుండి దేశం యొక్క సరిహద్దులను కాపాడతారు.

దేశాన్ని ఇతర రాజులు ఆక్రమించుకుంటే స్థానిక సంస్కృతి, భాషలు, విజ్ఞానం నాశనం అవుతాయి. ప్రజల ఆత్మగౌరవం మంటగలుస్తుంది. స్థానిక ప్రజలు ద్వితీయ శ్రేణి పౌరులుగా మరియు బంధిత కార్మికులుగా పరిగణించబడతారు. అత్యాచారాలు, దోపిడీలు మరియు మారణహోమం జరుగుతాయి. ఇలాంటివాటిని అరికట్టడం రాజు అతి పెద్ద బాధ్యత. తదుపరి బాధ్యత అంతర్గత శాంతిభద్రతలు, సామాజిక సంక్షేమం, ఆర్థికాభివృద్ధి మరియు పౌర సౌకర్యాలను అందించడం. వారు తప్పు చేసేవారిని నియంత్రిస్తారు. శాంతియుత సమాజాన్ని స్థాపిస్తారు. లలిత కళలు, పరిశోధన మరియు విద్యకు మద్దతు ఇస్తారు. ఇది పాలకుని కర్తవ్యం.

దుర్యోధనుని పాలించే ఉద్దేశ్యం వేరు. పాండవులకు ఇవ్వకుండా రాజ్యమంతా తనకే కావాలని కోరుకున్నాడు. అందుకోసం పాచికల ఆట ఆడాడు. పాండవుల భార్యను

అవమానించాడు. వారిని 12 సంవత్సరాలు అడవిలో నివసించడానికి మరియు ఒక సంవత్సరం మారువేషంలో నివసించడానికి పంపాడు. పాండవుల ఈ పరీక్షల సమయంలో కూడా దుర్యోధనుడు ప్రతి దశలోనూ వారిని అవమానించే ప్రయత్నం చేశాడు. ఇక్కడ మనం నేర్చుకోవలసింది ఏమిటంటే, మన ఆశయం మంచిది కావాలి, దానిని సాధించే మార్గంకూడా మంచిది కావాలి. దుర్యోధనుడి ఆశయం మంచిది కాదు; దానిని సాధించుకోవడానికి అనుసరించిన మార్గమూ మంచిది కాదు. పరిణామం ఘోర పరాజయం, పరాభవం, విధ్వంసం.

దేశాన్ని పాలించడం ప్రజల సంక్షేమం కోసం పవిత్రమైన కర్తవ్యంగా భావించినప్పుడు, మీరు సాధువుగా జీవిస్తారు. పాలించడం విలాసవంతమైనదని మీరు భావించినప్పుడు, మీరు క్రూరమైన జంతువులా మారిపోతారు, పాలనలోకి రావడానికి ఎలాంటి తప్పుడు పనికైనా సిద్ధపడతారు. భారత దేశ ప్రస్తుత రాజకీయాలు చూడవచ్చు. పాలకులు అనూహ్యమైన అధికారాన్ని చెలాయిస్తున్నారు. అక్రమ మార్గాల ద్వారా భారీగా సంపదను కూడబెట్టుకుంటున్నారు. అవినీతి, భూకబ్జాలు, లంచాలు ఇలా రకరకాల అక్రమాలకు పాల్పడుతున్నారు. ప్రత్యర్థులను అన్యాయంగా విమర్శిస్తూ, హీనమైన భాషలో తిట్టి, రాజ్యాధికారాన్ని దుర్వినియోగం చేసి వారిపై తప్పుడు కేసులు బనాయించి జైల్లో పెడుతున్నారు. కొందరిని కొడుతున్నారు.

వారు ప్రత్యర్థులను చంపవచ్చు కూడా. రాజకీయ నాయకులు రాజకీయ అధికారాన్ని విలాసంగా, అక్రమంగా సంపద కూడబెట్టే సాధనంగా చూడడంవల్లనే ఇదంతా జరుగుతోంది. శ్రీకృష్ణుడు అర్జునుడికి వివరించడానికి ప్రయత్నించినది ఇదే. ఎలాంటి వ్యక్తిగత ప్రయోజనాలు ఆశించకుండా ధర్మసంరక్షణ కోసం యుద్ధం చేయమని అర్జునుడికి సలహా ఇచ్చాడు.

2.2 కుతస్త్వా కశ్మలమిదం విషమే సముపస్థితమ్ అనార్యజుష్టమస్వర్గ్యమకీర్తికరమర్జునా!

శ్రీకృష్ణ భగవానుడు అర్జునుడి ప్రవర్తనకు చిరాకును ప్రదర్శించి, ధైర్యం ప్రదర్శించాల్సిన సమయంలో నీవు ఈ రకమైన హృదయ బలహీనతను ఎలా పొందావు అని అన్నాడు. ఈ రకమైన ప్రవర్తన గౌరవప్రదమైన పురుషులకు తగినది కాదు; అది నీకు కీర్తిని కూడా ఇవ్వదు అన్నాడు. ప్రతి వ్యక్తి తన చర్యలు గొప్ప వ్యక్తుల చర్యల వలె ఉన్నాయో లేదో ఆత్మపరిశీలన చేసుకోవాలి. శ్రీకృష్ణ భగవానుడు చెప్పిన విషయం ఏమిటంటే, క్షత్రియునిగా యుద్ధం నుండి తప్పించుకోవడం అతనికి కీర్తిని ఇవ్వదు. ఆ విధంగా, ఒక వ్యక్తి అతని కీర్తి గురించి కూడా గుర్తుంచుకోవాలి ఎందుకంటే ఒక వ్యక్తి యొక్క కీర్తి అతని జీవిత కాలం కంటే

ఎక్కువ కాలం ఉంటుంది. అది రాబోయే తరాలకు ఆదర్శంగా నిలుస్తుంది.

ప్రత్యహం ప్రత్యవేక్షేత నరశ్చరితమాత్మనం: కింసు మే పశుభిస్తుల్యం, కిం ను సత్పురుషైరివ అనగా, ప్రతి వ్యక్తి, ప్రతిరోజూ, తన నడవడిని తాను సమీక్షించుకోవాలి. ఏమని అంటే తాను సత్పురుషుని వలే ప్రవర్తించుచున్నానా లేక పశువు వలె ప్రవర్తించుచున్నానా అని. "ఆహార, నిద్రా, భయ, మైధునాని ఏతత్సమానం పశుభిర్నరాణాం" అనగా, జంతువులకు మరియు మానవులకు ఆహారము, నిద్ర, భయము మరియు సంతానోత్పత్తి కాంక్ష సరిసమానమే. ఏకైక వ్యత్యాసం జ్ఞానం. జ్ఞానం కలిగినవాడే సత్పురుషుడు.

త్రికరణశుద్ధి ఉన్నవాడే ఆదర్శ పురుషుడు అని చెప్పటడింది. అనగా, ఒక వ్యక్తి తన ఆలోచన, వ్యక్తీకరణ మరియు అమలులో ఏకాభిప్రాయం కలిగిఉండాలి. అలాగని చెడు ఆలోచన చేసి, చెడు మాట్లాడి, చెడు చేయడం త్రికరణశుద్ధి క్రిందకు రాదు. అది దుష్టత్వం లేదా రాక్షసత్వం. "సత్యం భూతహితం ప్రోక్తం" అని చెప్పటడింది, అంటే, ఇతరులకు హితమైన పదాలను మాత్రమే పలకాలి. ఇతరులకు హితమైన పనులను మాత్రమే ఆలోచించి, ఉచ్చరించి, ఆచరించాలి. అదే పరమాత్మ తత్వం. అలాంటి వారినే ఆదర్శ వ్యక్తులు అంటారు.

యద్యదాచరతి శ్రేష్ఠః తత్తదేవేతరో జనః అనగా ఇతర వ్యక్తులు శ్రేష్ఠులను అనుసరిస్తారు. కవి కాళిదాసు తన అభిజ్ఞాన శాకుంతలం అనే కావ్యంలో, శ్రేష్ఠులకు సందేహం వచ్చినప్పుడు "ప్రమాణం అంతఃకరణ ప్రవృత్తయః", అనగా వారు తమ స్వంత విచక్షణను అనుసరించాలని చెప్పాడు.

2.3 క్లయిబ్యం మా స్మగమః పార్థ నైతత్త్వయ్యుపపద్యతే ।
క్షుద్రం హృదయ దౌర్బల్యం త్యక్త్వోత్తిష్ఠ పరన్తప ।

దుఃఖంతో రథంలో కూర్చున్న అర్జునుడికి కృష్ణుడు ఇలా చెప్పాడు. ఓ అర్జునా! ఈ కీలకమైన సమయంలో నువ్వు ఎలా పిరికివాడిగా మారావు? ఇది క్షత్రియుడికి తగదు. అది నీకు కీర్తిని కూడా ఇవ్వదు. నీ బలహీనతను వదిలేసి యుద్ధానికి సిద్ధంగా ఉండు. మంచి క్షత్రియుడు తన ప్రాణాలను సైతం పణంగా పెట్టి శాంతియుతమైన మరియు సుసంపన్నమైన సమాజాన్ని స్థాపించాలి. ఇదే శ్రీకృష్ణుడు అర్జునుడికి బోధించాడు.

ఈ అధ్యాయంలోని అనేక చరణాల ద్వారా ఆత్మకు మరణం లేదని శ్రీ కృష్ణ భగవానుడు అర్జునుడికి వివరించాడు. ఆత్మ మళ్ళీ మళ్ళీ జన్మనిస్తుంది. తన రాజ్యంలో శాంతిని నెలకొల్పడానికి భయం లేదా పక్షపాతం లేకుండా తప్పు చేసిన వారిని మరియు

వారికి సహకరించేవారిని యుద్ధంలో సంహరించడం గురించి చింతించకూడదు. దుర్మార్గులను శిక్షించడం, సత్పురుషులను పరిరక్షించడం క్షత్రియుడిగా తన కర్తవ్యమని కూడా వివరించాడు.

కొన్ని దేశాలలో అనేక తప్పులకు శిరచ్ఛేదం, అంగచ్ఛేదం వంటి తీవ్రమైన శిక్షలున్నాయి. ఈ చంపుడు కార్యక్రమం ధర్మ సంస్థాపనకోసం యుద్ధంలో దుష్ట శత్రువులను గురించి చెప్పటడింది తప్ప సామాన్య నేరస్థులగురించి కాదు. చంపడంకంటేముందు ఖైదు, సంస్కరణ గురించికూడా ఆలోచించాలి. ఎందుకంటే తప్పు చేయడం వేరు, తప్పులో జీవించడం వేరు. అలాగే నేరనిర్ధారణ, శిక్ష లోపభూయిష్టంగా ఉండే అవకాశంకూడా ఉంది. కనీసం ఒక్క తప్పైనా చేసినవారిని వధించవలసివస్తే ప్రపంచంలో ఏ ఒక్కడూ మిగలడేమో లేదా ప్రపంచమే జైలుగా మారుతుందేమో. మంచివాడు పరిస్థితుల ప్రభావంతో తప్పు చేయవచ్చు అలాగే నేరస్థుడు ఒకప్పుడు ఉదాత్తుడుగా మారనూవచ్చు. అందువల్ల ప్రభువులు గాని, సామాన్య ప్రజలు గాని పరుల ప్రాణాలు తీయరాదని నా అభిప్రాయం. నేరం జరిగే అవకాశాలు, అవసరాలు లేని సమాజాన్ని సృష్టించలేకపోవడం పాలకుల అసమర్థతే.

సమాజ అవసరాలు అనేకం మరియు సంక్లిష్టమైనవి అని మనకు తెలుసు. అదే విధంగా, వ్యక్తులు మరియు వారి సామర్ధ్యాలు కూడా అనేకమైనవి మరియు సంక్లిష్టమైనవి. ఎవరి విధులు వారు సక్రమంగా నిర్వర్తిస్తేనే సమాజం సజావుగా సాగుతుంది. ఏదైనా సంస్థలో పెట్టుబడిదారుడు లేదా యజమాని, మేనేజర్, సూపర్వైజర్లు, గుమస్తాలు, సాంకేతిక నిపుణులు లేదా కాపలాదారు వేర్వేరు వైఖరులు మరియు సామర్ధ్యాలను కలిగి ఉంటారు. ఒకరు ఇతరుల పనిని చేయలేకపోవచ్చు. కళాకారులు, క్రీడాకారులు, రాజకీయ నాయకులు, న్యాయవాదులు మరియు సైనికులు ఉన్నారు. ప్రతి ఒక్కరూ తన పనిని అంకితభావంతో చేయాలి. ధర్మం అంటే అదే.

క్షత్రియులు న్యాయమైన సమాజాన్ని స్థాపించి, దేశంలో రక్షణ, సౌకర్యాలు మరియు అభివృద్ధికి హామీ ఇవ్వకపోతే, పౌర సమాజం అభివృద్ధి చెందదు. స్త్రీలు, బలహీనులు మరియు అమాయక ప్రజలు దోపిడీకి గురవుతారు. అర్జునుడు తనను తాను శరణాగతి చేసి శ్రీకృష్ణునితో ఇలా అన్నాడు.

2.7. కార్పణ్య దోషో పహత స్వభావ పృఛామి శ్రేయః నిశ్చితం బ్రూహి

తన్మే శిష్యస్తే అహం షాధి మాం త్వాం ప్రపన్నమ్ ॥

అర్జునుడు అపరిపక్వతతో మాట్లాడాడని ఒప్పుకున్నాడు. "నన్ను నేనుగా నీకు సమర్పించుకొంటున్నాను. నన్ను నీ శిష్యునిగా స్వీకరించు. దయచేసి నాకు ఏది శ్రేయస్కరమో దాన్ని తెలియజేయండి" అన్నాడు. ఒక శిష్యుడు మరియు గురువు మధ్య సంబంధానికి ఇది ఉత్తమ ఉదాహరణ. శిష్యుడు తన గురువుపై పూర్తి విశ్వాసం మరియు గౌరవాన్ని కలిగి ఉండాలి. గురువు తన మనస్సులో శిష్యుని శ్రేయస్సును కలిగి ఉండాలి. అప్పుడే వారి బంధం ఫలవంతమవుతుంది.

గురువు జ్ఞానం మరియు చిత్తశుద్ధి కలిగి ఉండాలి. అతను సమర్థుడు మరియు నమ్మదగిన వ్యక్తిగా ఉండాలి. లేకపోతే, శిష్యులు, అనుచరులు లేదా క్రింది అధికారులు అతనిపై విశ్వాసం ఉంచరు. వారు ప్రయోజనాల కోసం మాత్రమే విధేయులుగా నటిస్తారు. పిల్లలు తమ తల్లిదండ్రులను అనుకరిస్తారు ఎందుకంటే వారు తమ తల్లిదండ్రులను ఎక్కువగా విశ్వసిస్తారు మరియు తల్లిదండ్రులు తమ పిల్లల పట్ల శ్రద్ధ వహిస్తారు. అదే విధంగా, అనుచరులు తమ నాయకులను అనుకరిస్తారు. నాయకుడు కూడా తమ అనుచరుల పట్ల శ్రద్ధ

వహిస్తే, వారు తమ నాయకుడి కోసం ఇష్టపూర్వకంగా పని చేస్తారు. కాబట్టి, నాయకుడు మరియు అతని అనుచరుల మధ్య పరస్పర విశ్వాసం ఉండాలి.

మంచివారు తమ తప్పులను ఒప్పుకుంటారు; తమ లోపాలను గుర్తిస్తారు; తమ గురువుల ముందు లొంగిపోతారు మరియు వారి నుండి మార్గదర్శకత్వం కోరుకుంటారు. ఇదే అర్జునుడు శ్రీకృష్ణుని సన్నిధిలో చేశాడు. ప్రతి విజయాభిలాషి ఒక పనిని ప్రారంభించే ముందు ఇది చేయాలి. ఒకరిని గురువుగా భావించాలి. ముందుగా తన బలాల కంటే తన బలహీనతలను మరింత స్పష్టంగా గుర్తించాలి; బలాన్ని మెరుగుపరుచుకోవాలి మరియు బలహీనతలను తగ్గించుకోవాలి. అప్పుడే ఒక పనిని ప్రారంభించి అందులో విజయం సాధించగలడు.

2.11.అశోచ్యానన్వ శోచస్త్వం ప్రజ్ఞా వాదాంశ్చ భాషసే గతాసూన గతాసూన్స నలన్యు శోచన్తి పండితః!

గురువులతో, మిత్రులతో, బంధువులతో యుద్ధం చేయలేనని, అలాంటి పని చేస్తే పాపం తగులుతుందని అర్జునుడు అనడంతో, అర్జునుడు అపరిపక్వతో మాట్లాడుతున్నాడని శ్రీకృష్ణుడు అన్నాడు. అర్జునుడు జ్ఞానవంతుడిలా మాట్లాడుతున్నాడని

శ్రీకృష్ణుడు ఎత్తిపొడిచాడు. అర్జునుడికి అవసరమైన జ్ఞానం లేదని అర్థం.

శ్రీకృష్ణుడు అర్జునుడిని ఒప్పించడానికి ప్రయత్నించినది ఏమిటంటే, అన్ని శరీరాలు తాత్కాలికమైనవి; ఆత్మ శాశ్వతమైనది. అది ప్రతి వ్యక్తి యొక్క జన్మ జన్మల ద్వారా ప్రకటితం అవుతుంది. ఆత్మను పరిశుభ్రంగా ఉంచుకోవాలంటే, ఫలితంతో సంబంధం లేకుండా తన విధినిర్వహణ చేయాలి. ఈ సూత్రం వ్యాపారం, వృత్తి లేదా ఉద్యోగంలో ఏ ధర్మంలో ఉన్నా ప్రతి జీవితానికి కూడా వర్తిస్తుంది.

అర్జునుడు క్షత్రియుడు. చట్టబద్ధమైన సమాజాన్ని స్థాపించడం అతని కర్తవ్యం కాబట్టి యుద్ధంలో దుర్మార్గులను చంపమని శ్రీకృష్ణుడు సలహా ఇచ్చాడు. ఇతర వర్ణ లేదా ఆశ్రమ ధర్మాలలో చంపడం అవసరం లేదు. గెలవడం లేదా విజయం సాధించడం లేదా వ్యక్తిని సంస్కరించటం సరిపోతుంది. అది కూడా ఉత్తమ సాంప్రదాయాలు నెలకొల్పడానికి.

ఉదాహరణకు, మీరు మీ ప్రత్యర్థితో ఏదేని ఆటలో పోటీపడుతున్నారు అనుకోండి. పోటీ సమయంలో మీరు ఎప్పుడైనా మీ ప్రత్యర్థి పట్ల ఉదారంగా ఉంటారా? మీరు అలా చేస్తే, మీరు మాత్రమే ఆటను కోల్పోతారు. వ్యాపార నిర్వహణకు కూడా ఇదే సూత్రం వర్తిస్తుంది. మీరు మరియు మీ ప్రత్యర్థి

ఇద్దరూ మీ వంతు ప్రయత్నం చేయాలి. అది వినియోగదారుడికి మేలు చేస్తుంది, చివరకు దేశానికి కూడా మేలు చేస్తుంది.

ఉదాహరణకు, మీరు ఒక సంస్థ నిర్వాహకునిగా దానిలో భాగం. అందులో చాలా మంది వాటాదారులు ఉంటారు. ఉద్యోగులు, సరఫరాదారులు మరియు వినియోగదారులు ఉంటారు. మీరు సమర్థవంతంగా పని చేస్తే, వాటాదారులందరితో పాటు మీ జీవితం కూడా సుసంపన్నం అవుతుంది. సంస్థ విఫలమై, మూసివేయబడిందని అనుకుందాం. ఆ సంస్థపై ఆధారపడిన అనేక జీవితాలు నష్టపోతాయి. అజాగ్రత్తగానో, ఉద్దేశపూర్వకంగానో చేస్తే పాపం కూడా వస్తుంది.

స్వార్థపూరిత ఉద్దేశ్యాలు లేకుండా పనిచేసే కర్మయోగుల కృషితో ప్రశాంతంగా అభివృద్ధి పథంలో విశ్వమంతా నడుస్తుంది. కాబట్టి, కర్మయోగం పని చేయగల వారి కోసం ఉద్దేశించబడింది. ఇది అన్ని జీవన విధానాలలో ఉత్తమమైనది. పని చేసే అవకాశం వస్తే అది అదృష్టం. మీరు దాన్ని పొందిన తర్వాత, మీరు దానిని అత్యధిక సామర్థ్యంతో అమలు చేయాలి. మీ కంటే చాలా సమర్థులైనప్పటికీ అవకాశం రాని అనేక మంది దురదృష్టవంతులు ఉన్నారు. మీరు అవకాశాన్ని విస్మరిస్తే, అది తదుపరిసారి మీ తలుపు తట్టకపోవచ్చు.

2.13. దేహినోస్మిన్ యథా దేహే కౌమారం యవ్వనం జరా తథా దేహాంతరప్రాప్తిహి ధీరస్తత్ర న ముహ్యతి

ఈ అధ్యాయం మరియు రాబోయే ఇతర అధ్యాయాలలో శరీరాలు చనిపోవచ్చు కానీ ఆత్మలు చనిపోవు అని శ్రీకృష్ణుడు అర్జునుడికి వివరించాడు. ఆత్మలు గతంలో ఉన్నాయి మరియు భవిష్యత్తులో కూడా ఉంటాయి. అందుకే, క్షత్రియునిగా అతను చనిపోవడం లేదా చంపడం గురించి చింతించకూడదు. పుట్టుక, ఎదుగుదల, బాల్యం, యవ్వనం, వృద్ధాప్యం మరియు మరణం అనివార్యమైన జీవితంలోని వివిధ దశలు మాత్రమే అని ఆయన చెప్పారు. మనం చిరిగిన బట్టలను ఎలా వదిలేస్తామో మరియు కొత్తవి ఎలా ధరిస్తామో ఆత్మ ప్రతి మరణం మరియు పుట్టుక ద్వారా శరీరాలను మారుస్తుంది. మానవులు ప్రతి జన్మలో తమ కర్మలను నిర్వర్తించి ఆ తర్వాత మరణిస్తారు. ఇది విశ్వం యొక్క నియమం.

అవే సూత్రాలు ప్రతి జీవితానికి వర్తిస్తాయి. వ్యాపారంలో మీ పోటీదారు మీ స్నేహితుడు లేదా బంధువు అని అనుకుందాం. మరియు మీరు మీ పోటీదారు పట్ల అసమంజసంగా దయతో ఉన్నారు. మొదట మీ వ్యాపారం దెబ్బతింటుంది. ఆ తర్వాత, మీ పోటీదారు వ్యాపారం కూడా దెబ్బతింటుంది. ఎందుకంటే అతను మీలాంటి మరోక మద్దతుదారుని కనుగొనలేకపోవచ్చు.

మీ పోటీదారుకు అతని పోటీదారు నుండి మద్దతు అవసరమనే వాస్తవం అతను అసమర్ధుడని రుజువు చేస్తుంది. మీరు అతన్ని వ్యాపారపరంగా అంతంచేయకపోయినా మరొకరు ఆ పని చేస్తారు. వారు అతనిపై ఎలాంటి కనికరం చూపరు. ఈ ప్రక్రియలో, మీ వ్యాపారం కూడా ప్రభావితమవుతుంది. మీరు మీ ఉద్యోగం మరియు కీర్తిని కోల్పోతారు. ఇతరులు మిమ్మల్ని చిన్నచూపు చూస్తారు. అది మరణం కంటే ఘోరం. అందువల్ల, విజయం సాధించడానికి మీరు మీ పనిని భయ, రాగ, ద్వేషాలు లేకుండా సంకల్పం మరియు పట్టుదలతో చేయాలి.

పైన చర్చించినట్లు జీవితంలో అనేక దశలున్నట్లు వ్యాపారాలు కూడా వివిధ దశలను కలిగి ఉంటాయి. ప్రారంభం, ఉనికి కోసం పోరాడడం, పెరుగుదల, క్షీణత మరియు మరణం. మనం పనిచేసే వాతావరణంలో సామాజిక, రాజకీయ, ఆర్థిక, సాంకేతిక మార్పుల వల్ల ఇది సంభవించవచ్చు. అంతర్గత లేదా బాహ్య పరిణామాల వల్ల జరగవచ్చు. నిర్వాహకులు తమ వ్యాపారాల ఉత్పాదకత, లాభదాయకత మరియు దీర్ఘాయువును సాధారణ సమీక్షలు మరియు నివారణల ద్వారా సాధించడానికి ప్రయత్నించాలి.

ఉనికి తాత్కాలికం. మార్పు మాత్రమే శాశ్వతమైనది. ప్రతి క్షణం మార్పును గమనిస్తూ ఉండాలి మరియు దానికి

అనుగుణంగా మనమూ మారుతూఉండాలి. లేకుంటే, మనకు తెలియకుండానే మారిన పరిస్థితులలో చిక్కుకుపోవచ్చు మరియు మార్పును తట్టుకోలేకపోవచ్చు. దాని అనివార్య పరిణామం, వైఫల్యం. అప్పుడు నాకిలా జరిగిందేమిటి? నాకే ఇలా జరగాలా? నేనిలా జరుగుతుందని ఊహించలేదు అంటూ వాపోతారు. ఎప్పటికప్పుడు మార్పులను గమనిస్తూ వాటికి అనుగుణంగా తమను తాము మార్చుకుంటూ ముందుకు వెళ్ళేవారే విజేతలవుతారు.

మీరు మీ వ్యక్తిగత ఉత్పాదకత మరియు దీర్ఘాయువుకు కూడా అదే సూత్రాలను వర్తింపజేయాలి. లేకపోతే, ఇతర నిర్వాహకుల ద్వారా వ్యాపారం వృద్ధి చెందుతుంది, కానీ మీరు అక్కడ ఉండకపోవచ్చు. అందువల్ల, మానవులకు మంచి మరియు పరిమితమైన ఆహారం, క్రమం తప్పకుండా శారీరక వ్యాయామాలు మరియు వారి శరీరానికి, మనస్సుకు విశ్రాంతి అవసరం. ఇవే యోగ, ధ్యాన. మన ఋషులు మనకందించిన విజ్ఞానం. యోగ, ధ్యానాదులద్వారా కొంత వరకు జెనెటిక్ మార్పులు కూడా సాధ్యమని ఈ మధ్యనే పరిశోధనలు తెలియజేస్తున్నాయి. ఇతరులకు సహాయం చేయడానికి మీరు అభివృద్ధి చెందాలి. మీరు అభివృద్ధి చెందకపోతే, మీరు కూడా సహాయం స్వీకరించేవారిలో ఒకరిగా ఉంటారు. చిన్న మొక్క

వల్ల ఉపయోగం తక్కువ. ఇది చెట్టుగా పెరిగితేనే దాని ఉత్పత్తులన్నింటినీ అందించగలుగుతుంది.

2.32. యద్భచ్ఛయా చోపపన్నం స్వర్గద్వారమపావృతమ్ సుఖినః క్షత్రియాః పార్థ లభన్తే యుద్ధమీదృశమ్ ॥

అర్జునా! న్యాయం కోసం ఇలా యుద్ధం చేసే అవకాశం క్షత్రియులకు మాత్రమే వస్తుంది. ఇప్పుడు అలాంటి అవకాశం రావడం మీ అదృష్టం. మీరు ఈ అవకాశాన్ని విడిచిపెట్టి, యుద్ధరంగం నుండి పారిపోతే మీరు పాపం చేసినట్లే. మీరు మీ కీర్తిని కోల్పోతారు. యుద్ధం చేసే మీ సామర్థ్యాన్ని ప్రజలు నిందిస్తారు. వారు మిమ్మల్ని పిరికివారు అంటారు. పరువు నష్టం మరణం కంటే ఘోరమైనది. కాబట్టి, మీరు మీ సర్వ శక్తితో ఈ యుద్ధం చేయాలి.

ఈ శ్లోకంలో శ్రీకృష్ణ భగవానుడు అవకాశాల గురించి మాట్లాడుతున్నాడు. ఒక వ్యక్తి చదువుకోవాలనుకోవచ్చు; ఒక క్రీడాకారుడు ఈవెంట్‌లో పాల్గొనాలనుకోవచ్చు, ఒక కళాకారుడు పోటీలో పాల్గొనాలనుకోవచ్చు; ఒక వ్యాపారవేత్త తన స్వంత వ్యాపారాన్ని స్థాపించాలనుకోవచ్చు; ఒక నిరుద్యోగి ఉపాధిని పొందాలనుకోవచ్చు మరియు ఒక ఉద్యోగి తన లక్ష్యాలను సాధించాలనుకోవచ్చు. పైన పేర్కన్న అన్ని సందర్భాల్లో చాలా

మందికి అవకాశం లభించకపోవచ్చు. కానీ, అవకాశం వచ్చినా తన పనిని పూర్తి ఏకాగ్రతతో విజయం సాధించాలనే పట్టుదలతో చేయకపోతే పాపం అతనిదే. ఫలితం పూర్తి వైఫల్యం లేదా పాక్షిక వైఫల్యం. అతని జీవితం గొప్పది కాజాలదు. అతను తన జీవితాంతం పేరు, కీర్తి మరియు సంపద లేకుండా జీవించవలసి ఉంటుంది.

2.37 హతో వా ప్రాప్స్యసి స్వర్గం జిత్వా వా భోక్ష్యసే మహీమ్

తస్మాదుత్తిష్ఠ కౌన్తేయ యుద్ధాయ కృతనిశ్చయః।

ఈ శ్లోకంలో, మీరు శ్రీకృష్ణునిలో ఒక నిజాయితీ గల సేల్స్ మ్యాన్‌ని చూడవచ్చు. కౌరవులతో యుద్ధం చేయాలనే ఆలోచనను అర్జునుడికి అమ్మే ప్రయత్నం చేశాడు. ఆ ప్రయత్నంలో ఏ విషయంలోనూ అబద్ధాలు చెప్పలేదు, ఎలాంటి వాస్తవాలను దాచలేదు, ఎలాంటి తప్పుడు వాగ్దానాలు చేయలేదు. యుద్ధంలో అర్జునుడు చనిపోవచ్చు, అలా జరిగితే మోక్షం వస్తుందని తెలియజేశాడు. యుద్ధంలో తప్పకుండా గెలుస్తావని ఎలాంటి తప్పుడు వాగ్దానాలు చేయలేదు. గెలిస్తే రాజ్యాధికారం దక్కుతుందని మాత్రమే చెప్పారు. యుద్ధంలో గెలవడానికి సహాయం చేస్తానని శ్రీకృష్ణుడు అర్జునుడికి వాగ్దానం

చేయలేదు. సారధిగా మాత్రమే పనిచేస్తానని చెప్పాడు. అర్జునుడు తన స్వంత సామర్థ్యాల ఆధారంగా యుద్ధానికి దిగాలి అని అర్థం; అతను విజయం కోసం ఇతరులపై ఆధారపడకూడదు. చివరగా, అతను "యుద్ధాయ కృతనిశ్చయః" అనే పదాన్ని ఉపయోగించాడు. అంటే ఎలాంటి ఊగిసలాటలు లేకుండా మనసులో ధైర్యంగా, దృఢంగా కర్తవ్యోన్ముఖుడు కావాలని సూచించాడు.

ఇదే సిద్ధాంతం ఉద్యోగ, వ్యాపారాలకు, ప్రతి పోటికి కూడా వర్తిస్తుంది. మీరు వ్యాపారంలో లాభాలను పొందడం ఖచ్చితం కాదు. నష్టాలు రావచ్చు. అయినప్పటికీ మీరు మీ వ్యాపారాన్ని పూర్తి సంకల్పంతో ప్రారంభించి నిర్వహించాలి. మీ ప్రత్యర్థులు ఎవరు అనే దానితో సంబంధం లేకుండా పూర్తి అంకితభావంతో దాన్ని అమలు చేయండి. మనం సరైన లక్ష్యం కోసం ప్రారంభించి పూర్తి అంకితభావంతో దానిని కొనసాగిస్తే మన ప్రయత్నంలో విజయం సాధిస్తామని భారత ఇతిహాసం నుండి మనం నేర్చుకోవాలి.

సంభవామి యుగే యుగే, యోగక్షేమం వహమ్యహం అనే శ్లోకాలను స్మరిస్తూ చాలా మంది భగవంతునిపై పూర్తిగా ఆధారపడతారు. కానీ, దేవుడు మన కోసం యుద్ధం చేయడని మనం అర్థం చేసుకోవాలి. అతను అర్జునుడి కోసం కూడా

యుద్ధం చేయలేదు. యుద్ధం చేయమని సలహా మాత్రమే ఇచ్చాడు. భగవంతుడు ఈ భూమిపై అనేకసార్లు మనిషి రూపంలో జన్మించినా, ప్రతిసారీ ప్రతి ఒక్కరికీ అంకితభావంతో తమ ధర్మాన్ని నిర్వహించమని మాత్రమే సలహా ఇస్తాడు. కాబట్టి, దేవుడు లేదా మరొకరు వచ్చి మీ కర్తవ్యం చేస్తారని పేచి ఉండకుండా, అంకితభావంతో మీ కర్తవ్యాన్ని మీరే నిర్వహించాలి.

షడ్భాగంతు మనుష్యాణాం సప్తమం దైవచింతనమ్" అంటే కూడా అదే. భాగవతంలోని గజేంద్ర మోక్ష ఘట్టాన్ని గుర్తు చేసుకుంటే, మొసలి చేతిలో చిక్కిన వెంటనే గజేంద్రుడు దేవుడిని ప్రార్థించలేదు. మొసలి బారి నుంచి తప్పించుకోవడానికి చేసిన ప్రయత్నాలన్నీ విఫలమైన తర్వాతే అది దేవుడిని ప్రార్థించింది. అప్పుడు దేవుడు దానిని రక్షించడానికి వచ్చాడు. కాబట్టి, భగవంతుడు తమ పనిని తమ శక్తి మేరకు చేసే వారికి మాత్రమే సహాయం చేస్తాడని మనం అర్థం చేసుకోవాలి. చివరి ప్రయత్నంగా మాత్రమే మనం భగవంతుడిని ప్రార్థించాలి.

చాలా మంది ప్రజలు తమతో ఉన్న మరొక అపార్థం ఏమిటంటే, వారు తమ జీవిత చరమాంకంలోనైనా కనీసం ఒక్కసారైనా భగవంతుని నామాన్ని జపించినా వారికి మోక్షం లభిస్తుందని. ఇది తప్పుడు నమ్మకం. కురుక్షేత్ర యుద్ధం

చేయడానికి సిద్ధమవుతున్న క్రమంలో శ్రీకృష్ణుడు అర్జునుడికి చెప్పాడు: ఫలితం ఆశించకుండా కర్తవ్యం నిర్వహించమని. అప్పుడే మీరు విజయాన్ని చూడకుండా మరణించినా మోక్షాన్ని పొందుతారు. మరణ సమయంలో కూడా, మీరు మీ స్వంత జీవితం గురించి కాకుండా మీ నెరవేరని కర్తవ్యం గురించి చింతించాలి. మీరు మీ ధర్మాన్ని పరమాత్మ తత్వంతో ఎంచుకోవాలి, అంటే ఇతరుల ప్రయోజనం కోసం ఉద్దేశించబడింది తప్ప మీ స్వంత ప్రయోజనం కోసం కాదు. సామాజికంగా, చట్టపరంగా ఆమోదించబడిన కార్యక్రమాలలో వారి ప్రయోజనాల కోసం పనిచేసే వారికి తత్సంబంధమైన పాపం లేదా పుణ్యం అంటుకుంటుంది. వరుస జన్మలకు ఈ కర్మలే ఆధారం. భగవంతుడు మనకు అన్నీ చేస్తాడని, చెడును శిక్షించడానికే ఆయన జన్మిస్తాడనే తప్పుడు నమ్మకం భారతీయులను సోమరులుగా, బలహీనులుగా చేసింది. భగవద్గీత యొక్క నిజమైన ఉద్దేశ్యాన్ని తప్పుగా అర్థం చేసుకున్న ఫలితం ఇది. భగవద్గీత ప్రకటితమైనది ధర్మ కార్యాచరణ చేయించడానికి.

మీరు చట్టం అనుమతించని పనిని చేపడితే, మీరు రాజుచే శిక్షించబడతారు. మీరు ఎంచుకున్న పనికి సామాజిక ఆమోదం లేకపోతే, మీరు సమాజంచే చిన్నచూపు చూడబడతారు. అందువల్ల, మీరు ఎంచుకున్న పనికి చట్టపరమైన అనుమతి, సామాజిక ఆమోదం మరియు మీ మనస్సాక్షి ఆమోదం

ఉండాలి. మీ మనస్సాక్షి సహజ న్యాయం ద్వారా నిర్వహించబడాలి. మీ పనికి సామాజిక మరియు చట్టపరమైన ఆమోదం ఉన్నప్పటికీ, మీరు విశ్వం దృష్టిలో పాపి కావచ్చు. కాబట్టి, సహజ న్యాయాన్ని దృష్టిలో ఉంచుకుని మీరు మీ ఉద్యోగాన్ని జాగ్రత్తగా ఎంచుకోవాలి. నీ కొరకు కాక పరుల మేలు కొరకు ఎంచుకున్న కార్యాచరణ పరమాత్మ తత్వానికి ప్రతీక.

2.38. సుఖదుఃఖే సమే కృత్వా లాభాలాభౌ జయాజయౌ తతో యుద్ధాయ యుజ్యస్వ నైనం పాపమవాప్స్యసి

సుఖదుఃఖములను లాభనష్టాలను జయాపజయాలను సమానంగా స్వీకరిస్తూ యుద్ధం చేస్తే నీవు ఎంత మాత్రం పాపం పొందవు అని చెపుతున్నాడు శ్రీకృష్ణుడు. సుఖదుఃఖాలు సమానమైనప్పుడు ప్రయత్నం దేనికోసం? లాభనష్టాలు సమానమైతే వ్యాపారం ఎందుకు? జయం, అపజయం సమానమైతే యుద్ధమెందుకు? అన్న సందేహం కలుగుతుంది కానీ అది సత్యం. మీరు ఒక ఆట ఆడేటప్పుడు, వ్యాపారం చేసేటప్పుడు, యుద్ధం చేసేటప్పుడు వాటి నియమాలను తప్పనిసరిగా పాటించాలని దీని అర్థం. అలా పాటించకపోతే ఆటలో మీరు విజయం సాధించినా, వ్యాపారంలో లాభం సాధించినా, యుద్ధంలో విజయం సాధించినా అవన్నీ

నేరాలక్రిందకే వస్తాయి. లాభనష్టాలతో సంబంధం లేకుండా వ్యాపార నిర్వహణ విధివిధానాలు తప్పక పాటించాలి. యుద్ధంలోనైనా అంతే. ఫుట్బాల్ ఆటలో గోల్ చేసినంత మాత్రాన సరిపోదు. అది ఆట నియమాలను పాటిస్తూ చేయాలి. లేకపోతే ఫౌల్ అవుతుంది. మీరు శిక్షార్హులౌతారు.

2.47. కర్మణ్యేవాధికారస్తే మా ఫలేషు కదాచన ।
మా కర్మఫలహేతుర్భూః మా తే సంగోస్త్వకర్మణి ॥

ఈ శ్లోకంలో, తన విధులను నిర్వర్తించి ఫలితంపై ఆసక్తి చూపకూడదని శ్రీకృష్ణ భగవానుడు హెచ్చరిస్తున్నాడు, ఎందుకంటే అతను ఓటమి పాలైతే నిరాశ చెందుతాడు లేదా దురాశతో అతను యుద్ధంలో అన్యాయమైన పద్ధతులను ఆశ్రయించవచ్చు. ఈ రెండింటిలో ఏదీ వాంఛనీయం కాదు. పై సూత్రం ప్రతి వ్యక్తికి తన జీవితంలో ప్రయత్నాలకు వర్తిస్తుంది. మీరు ఆట నియమాలు మరియు విజయంపై ఎక్కువ దృష్టి పెట్టాలని దీని అర్థం; గెలుపుతో వచ్చే పేరు, కీర్తి మరియు డబ్బుపై కాదు. మీరు గెలుపొందడం కంటే గెలుపొందడం వల్ల కలిగే ప్రయోజనాల గురించి ఎక్కువగా ఆలోచిస్తే, మీరు ఆటలో ఓడిపోవడం ఖాయం.

మన ప్రయత్నంలో గెలిచిన తర్వాత ప్రయోజనాలు రావచ్చు లేదా రాకపోవచ్చు. అవి వస్తే, ఆ ప్రయోజనాలను మనం ప్రయత్నించిన లక్ష్యాల కోసం ఉపయోగించాలి. ప్రయత్నమే సాధన, విజయమే సిద్ధి మరియు గెలుపు తర్వాత లక్ష్యాలను కొనసాగించడం నా అభిప్రాయంలో యోగం అనగా లక్ష్యంతో మమేకమై జీవించడం. మన లక్ష్యాలు మంచివి అయితే, అవి మనకు మోక్షాన్ని కూడా అందిస్తాయి. అలాంటి జీవితాన్ని విజయవంతమైన జీవితం అంటాను.

2.48.యోగస్థః కురు కర్మణి సంగం త్యక్త్వా ధనంజయ.

సిధ్య సిద్ధోః సమో భుక్త్వా సమత్వం యోగముచ్యతే ।

ఈ శ్లోకంలో, ఒక వ్యక్తి తన కర్తవ్యాన్ని ఎలా నిర్వహించాలో కృష్ణుడు వివరిస్తున్నాడు. యోగస్థః కురు కర్మణి అంటే, మీ కర్తవ్యాన్ని పూర్తి అంకితభావంతో చేయండి. మీరు మీ కర్తవ్యంతో గుర్తించబడాలి. ఒక్క మాటలో చెప్పాలంటే, మీ కర్తవ్యం మీ జీవితం కావాలి. అదే మీ శ్వాస, ధ్యాస. అప్పుడే మీరు విజయానికి లేదా సమర్థనీయమైన ఓటమికి అర్హులు కాగలరు. విధుల నుంచి తప్పుకోవడం వల్ల భ్రష్టత్వానికి లోనవుతారు. సమర్థులైన వ్యక్తులు దుర్గుణాలకు అలవాటుపడి తమ విధుల్లో ఎలా విఫలమవుతారో మనం చూస్తున్నాం. అలాంటి దుర్గుణాలు

ఏమిటో మీ అందరికీ తెలుసు. అవన్నీ ఇక్కడ రాయనవసరం లేదు. మీ విధి నుండి మిమ్మల్ని మళ్లించే అన్ని కారణాలు తప్పనిసరిగా దుర్గుణాలు కానవసరం లేదు, కానీ అవి ఖచ్చితంగా పూర్తి లేదా పాక్షిక వైఫల్యానికి కారణమవుతాయి. కాబట్టి, మీ కర్తవ్యానికి ఆటంకాలు కలిగించే మంచి పనులకు కూడా మీరు దూరంగా ఉండాలి. కర్తవ్యం పట్ల అంకిత భావాన్ని ఇంతకంటే స్పష్టంగా వివరించలేను. మరింత సమగ్రమైన అవగాహన పొందడానికి మీ గురించి లేదా ఇతరుల గురించి మీరు జీవితంలోని అనేక అనుభవాలతో పోల్చి చూడగలరని నేను ఆశిస్తున్నాను.

సంగం త్యక్త్వా ధనంజయ అంటే, ధనంజయ! వ్యక్తిగత ప్రమేయం, వ్యక్తిగత నష్టాలు, వ్యక్తిగత ప్రయోజనాలు, పక్షపాతం, భయం లేదా కరుణ నుండి బయటపడండి. మీతో యుద్ధం చేయదలచిన వారు మీ స్నేహితులు, ఆధారపడినవారు, బంధువులు లేదా కుటుంబ సభ్యులు అయినప్పటికీ ఎవరిపైనా పక్షపాతం లేదా ద్వేషం కలిగి ఉండకండి. మీతో వారి సంబంధం కంటే విశ్వంతో వారి సంబంధం చాలా బలమైనది. అలాగే మీ ధర్మంతో మీ బాంధవ్యం ఇతరులతో మీకున్న బాంధవ్యంకన్నా బలమైనది. మీ ధర్మం ప్రకారం మాత్రమే అందరితో ప్రవర్తించండి. అత్యంత సన్నిహిత మిత్రుడు లేదా కుటుంబ సభ్యుడు కూడా రేపు మీకు శత్రువుగా మారవచ్చు. మీరు మీ గెలుపు లేదా

ఓటమిని సమానంగా చూడాలి. మీకు కష్టాలు వచ్చినా, అది మీ పూర్వ కర్మ ఫలితం అని అర్థం చేసుకోండి. మీ కష్టాలకు కారణాలను లేదా బాధ్యులను వెతకవద్దు. మీరు మీ కర్మలను భరించాలి మరియు విముక్తి పొందాలి. మీ కర్తవ్యం చెడు కర్మలను మరింతగా కూడబెట్టడం కాదు. పరమాత్మ తత్వంతో సత్కార్యాలు చేయాలి. ఆ చర్యలు ఇతరుల ప్రయోజనం కోసం ఉండాలి, కానీ మీ ప్రయోజనం కోసం కాదు. అప్పుడే మీకు మోక్షం లభిస్తుంది.

2.60. యతతో హ్యపి కౌన్తేయ పురుషస్య విపశ్చితః ।
ఇంద్రియాణి ప్రమాధీని హరన్తి ప్రసభం మనః ।

అర్జునా, మనస్సును లౌకిక కోరికలు మరియు భావాల నుండి విడదీయడం అంత తేలికైన పని కాదు. అలాగని అసాధ్యమూ కాదు. ప్రాపంచిక కోరికలు ఉత్తమ వ్యక్తి యొక్క మనస్సును కూడా బలవంతంగా లాగుతాయి. అటువంటి ప్రాపంచిక కోరికలు ఏమిటో మనకు తెలుసు. ఒక వ్యక్తి, స్థలం లేదా వస్తువుతో అతిగా అనుబంధం కలిగి ఉండవచ్చు. మద్యపానం, ధూమపానం, జూదం ఆడడం, మాదకద్రవ్యాలు ఉపయోగించడం, వివిధ ఆహారాలు తినడం మరియు సోమరితనం లేదా వృథా కార్యకలాపాలలో పాల్గొనడం వంటి దుర్గుణాల వైపు మొగ్గు

చూపవచ్చు. మీరు మీ కర్తవ్యంలో విజయం సాధించాలనుకుంటే, మీరు దృష్టిని మళ్లించే అన్ని అంశాలకు దూరంగా ఉండాలి.

2.62. ధ్యాయతో విషయాస్ పుంసః సంగస్తేషూపజాయతే |
సంగాత్ సంజాయతే కామః కామత్ క్రోధోభిజాయతే |

2.63. క్రోధాద్భవతి సమ్మోహః సమ్మోహాత్ స్మృతి విభ్రమః |
స్మృతిభ్రంశాద్బుద్ధినాశో బుద్ధినాశాత్ ప్రణశ్యతి |

ఒక వ్యక్తి తన చర్యల కారణంగా పొందగల ప్రయోజనాలపై ఆసక్తి కలిగి ఉంటే, అతను తన విధితో కాకుండా అటువంటి ప్రయోజనాలతో సంబంధం కలిగి ఉంటాడు. స్వార్థపరుడవుతాడు. అలాంటి కోరికల వల్ల అతడు అత్యాశకు లోనవుతాడు. అతను తన కోరికలను నెరవేర్చుకోవడంలో విఫలమైతే క్రుంగి పోతాడు. ఏది మంచి, ఏది చెడు అని నిర్ణయించే తన మానసిక సమతుల్యతను, విచక్షణను కోల్పోతాడు. చివరకు తనను తాను నాశనం చేసుకుంటాడు.

వస్తువుల పైన, సుఖ భోగాలపైన, ధర్మంపై కంటే అధికంగా కోరికలు కలిగి ఉంటే ఆ కోరికలు విఫలమైనప్పుడు క్రోధం జనిస్తుంది. ఈర్ష్యాద్వేషాలు కలుగుతాయి. ఆపై దౌర్జన్యానికి

ఓడిగడతాడు. బుద్ధి నాశనం జరుగుతుంది. బుద్ధి నాశనం జరిగినప్పుడు మంచి చెడుల వివేచన కోల్పోతాడు. అది పూర్తి పతనానికి దారితీస్తుంది. ఈనాడు మనం చూస్తున్న సామాజిక, ఆర్థిక, రాజకీయ రంగాలలోని వారి ప్రవర్తనలే ఇందుకు ఉదాహరణలు. అధికారం ద్వారా వచ్చే భోగభాగ్యాలపై ఆశతో ఆట నియమాలను విస్మరిస్తున్నారు. అది వారికి తాత్కాలికంగా లాభించినట్లు కనిపించినా అది వారిని జన్మజన్మాంతరాలకు నరకానికి గురిచేస్తుంది. అందువల్ల ప్రాపంచిక కోరికలలో చిక్కుకోకుండా మానవుడు తనను తాను నిగ్రహించుకోవాలి.

3.3. లోకే అస్మిస్ ద్వివిధా నిష్ఠా పురా ప్రోక్తా మయానాఘ.

జ్ఞానయోగేన సాంఖ్యానం కర్మయోగేన యోగినమ్.

అర్జునా! మోక్షానికి రెండు మార్గాలున్నాయని ఇప్పటికే నిర్ణయించబడింది; అవి జ్ఞానయోగం మరియు కర్మయోగం. జ్ఞానయోగం అనేది జ్ఞాన సముపార్జన మరియు వ్యాప్తిని సూచిస్తుంది. కర్మయోగం అంటే సంపాదించిన జ్ఞానాన్ని అమలు చేయడం లేదా అనుసరించడం. దీనిని చిత్ర దర్శకుడు మరియు నటుడి ఉద్యోగాలతో పోల్చవచ్చు లేదా సంగీత దర్శకుడు మరియు గాయకుడి ఉద్యోగాలతో పోల్చవచ్చు. సంగీత

దర్శకుడికి పాడడంలో సాంకేతికత తెలుసు కానీ అతను గాయకుడిలా బాగా పాడలేకపోవచ్చు. అదే విధంగా, ఒక గాయకుడు సంగీత దర్శకుడు దర్శకత్వం వహించిన పాటను పాడవచ్చు, కానీ సంగీతం యొక్క లోతైన సాంకేతికతలు తెలియకపోవచ్చు.

ఇప్పుడు జ్ఞానయోగమైనా, కర్మయోగమైనా ఏది అనుసరించడం ఉత్తమం అనే ప్రశ్న తలెత్తుతోంది. మనకు తెలుసు, సాంకేతికతలను నేర్చుకోవడం యొక్క ఉద్దేశ్యం వాటిని గ్రహించదగిన ఆచరణాత్మక రూపాల్లోకి మార్చడం. కర్మయోగి చేతిలో జ్ఞానమే ఆయుధం. జ్ఞానయోగి గురువు అయితే కర్మయోగి సాధకుడు. అంతిమంగా సమాజంలో ఆశించిన ఫలితాన్ని ఇచ్చేది కర్మయోగి. అందుచేత కర్మయోగి కావడమే మేలు. శ్రీకృష్ణుడు అర్జునుడికి ఇదే సలహా ఇచ్చాడు.

జ్ఞాన యోగంలో కూడా కొన్ని కర్మల అమలు ఉంటుంది. కర్మయోగం నుండి ప్రజలు తప్పించుకోలేరు. జ్ఞానము లేదా దాని ఆచరింపు లేకుండా కూడా ప్రజలు తమ పూర్వ కర్మల వలన వారి సహజ లక్షణాలకు కట్టుబడి కర్మలు చేస్తారు. మీరు తక్షణ ప్రేరణ ప్రకారం కర్మలు చేస్తే లేదా మీరు వాటిని స్వార్థంతో చేస్తే లేదా మీరు జ్ఞానము లేకుండా కర్మలు చేస్తే, మీరు జన్మ జన్మలకు మిమ్మల్ని బంధించే మరిన్ని పాపాలకు గురవుతారు.

కాబట్టి, ప్రతి వ్యక్తి జ్ఞానాన్ని సంపాదించి, దాని ప్రకారం నడుచుకోవాలి. మనుషులకు, జంతువులకు జ్ఞానమే తేడా.

నాలుగు వర్ణాలున్నాయి. జీవించడానికి కూడా నాలుగు మార్గాలు ఉన్నాయి. అవి వర్ణాలపై ఆధారపడినవి కావు. అవి వరుసగా భక్తి, జ్ఞాన, కర్మ మరియు వైరాగ్యం. వైరాగ్యం అనేది ప్రతి విషయం గురించి పట్టించుకోకుండా జీవించడం. వారు భగవంతుని గురించి లేదా సమాజం గురించి లేదా తమ గురించి కూడా పట్టించుకోరు. ఎవరైనా ఆహారం ఇస్తే తింటారు. వారు దాతని వేడుకోరు లేదా కృతజ్ఞతలు తెలియజేయరు.

ఆధునిక కాలంలో కొంతమంది యోగా పేరుతో తాత్కాలికంగా ఆలోచనలను స్తంభింపజేస్తారు. వారు అనుకుంటారు, వారి మనస్సు యోగాతో పదునుగా మారుతుంది మరియు తద్వారా వారు కోరుకున్నది పొందగలుగుతారని. వారి యోగాకు స్వార్థ చింతన ఉన్నందున అది ఎప్పటికీ జరగదు. ఈ రకమైన యోగా మెదడుకు బలవంతంగా విశ్రాంతిగా పరిగణించబడుతుంది. కానీ, భగవద్గీత అటువంటి పద్ధతులను ఆమోదించదు. భగవద్గీత చెబుతుంది, విధులను లేదా కార్యకలాపాలను విడిచిపెట్టడం యోగా కాదు. ఒకరు తన విధులు లేదా చర్యల ఫలితాలలో తన

ఆసక్తులను వదులుకోవాలి. భగవద్గీత ప్రబోధం కర్మణ్యేవాధికారస్య మా ఫలేషు కదాచన|

భక్తి మార్గంలో నిరంతరం మనస్సును తాను ఎంచుకున్న భగవంతునిపై కేంద్రీకరించడం ఉంటుంది. వారు దేవతల నామాలను జపిస్తారు మరియు భజనలు చేస్తారు. వారు తమను తాము శుభ్రంగా ఉంచుకుంటారు మరియు సమయ పాలనకు కట్టుబడి ఉంటారు. వారు ఇతరులకు ఉపయోగపడరు మరియు వారు నిజమైన భక్తులైతే ఇతరులు వారికి ఉపయోగపడరు. నీవు ఆరాధించే భగవంతుడిని నీవు పొందుతావు, నన్ను మాత్రమే ఆరాధించేవాడు నన్ను పొందుతాడని శ్రీకృష్ణుడు చెప్పాడు. భగవంతుడు అంటే విశ్వం అని అర్థం చేసుకుంటే మీరు మొత్తం విశ్వంలో భాగమవుతారని మరియు మీరు విశ్వం వలె ప్రవర్తిస్తారని దీని అర్థం. దీనినే నేను మోక్షం లేదా పరమాత్మ సన్నిధి అంటాను.

జ్ఞాన యోగం అనేది శ్రేష్ఠమైన, బోధించగల మరియు సామాజిక జీవిత సిద్ధాంతాలను రూపొందించగల వ్యక్తుల కోసం ఉద్దేశించబడింది. వారి జ్ఞానం కోసం వారు గౌరవించబడతారు. తమ రచనలు, ప్రబోధాల ద్వారా సమాజానికి మార్గదర్శకత్వం వహిస్తారు. వ్యాసుడు, పరాశర, యాజ్ఞవల్క్యుడు, మనువు, వాల్మీకి మొదలైనవారు ఉదాహరణలు. వీరు ప్రధానంగా

ఆలోచనాపరులు. రాజులు కూడా వారిని పూజిస్తారు మరియు వారి మార్గదర్శకత్వం కోసం వారి ముందు సాష్టాంగ నమస్కారం చేస్తారు. వారు విలాసవంతమైన జీవితాలను గడపరు. వారు సాధారణ జీవితాన్ని గడుపుతారు. జ్ఞానం సత్కర్మ ప్రేరణకు మూలం.

కర్మ యోగం అంటే సరైన పనులు చేయడం. భక్తి యోగంలో ఉన్నా, సన్యాస యోగంలో ఉన్నా, జ్ఞానయోగంలో ఉన్నా మానవులుగా తమ ఉనికిని కాపాడుకోవడానికి కొన్ని కనీస కర్మలు చేయాలి. అవి తప్పించుకోలేనివి. అటువంటి కనీస కర్మలు చేయడం కర్మ యోగం కాదు. మీ వర్ణం, వయస్సు, హోదా మరియు సంబంధాల ప్రకారం మీ కర్మలు మీ ధర్మంపై ఆధారపడి ఉంటాయి. అంకితభావంతో వాటిని అమలు చేయడం మీ ధర్మం. అటువంటి కర్మ లేకుండా విశ్వం కదలదు. గ్రహాలు తమ ధర్మాన్ని నిర్వహించకపోతే ఏమి జరుగుతుందో ఊహించండి. ఈ కర్మ మీకు మరియు మీరు భాగమైన విశ్వానికి కూడా అనివార్యం. అందుకే మనం పరమాత్ముళుగా భావించేవారుకూడా ప్రకృతినియమాలకు లోబడే అవతరించి, జీవించి, మరణించారు.

దేవుడు లేడని, సనాతన ధర్మం మూఢనమ్మకమని నాస్తికులు వాదిస్తున్నారు. విశ్వం దేవుడని వారికి తెలిస్తే,

బహుశా వారు అలాంటి వాదనలు చేయరు. సనాతన ధర్మానికి సంబంధించి, ఇది ప్రకృతి నియమాలను తెలుసుకోవడం మరియు వాటిని అనుసరించే ప్రయత్నం మాత్రమే. మన పూర్వీకులు ప్రకృతి నియమాలను అర్థం చేసుకోవడంలో కొంతమేరకు విజయం సాధించి ఉండవచ్చు. తెలుసుకోవలసిన విషయాలు అనంతం. ఈ నాస్తికులు అలాంటి ప్రయత్నాలను అడ్డుకుంటారు. ప్రాపంచిక చట్టాలు కూడా అసంపూర్ణమైనవి మరియు పరిణామాత్మకమైనవి. జ్ఞానం ఎప్పుడూ పూర్తి కాదు; అది పరిణామాత్మకమైనది. సనాతన ధర్మం మరియు ఆధునిక ధర్మం అనే భేదం లేదు. ప్రకృతిధర్మం ప్రకారం మానవులు ప్రవర్తించాల్సిందేతప్ప మానవుల ప్రకారం ప్రకృతి ప్రవర్తించదు. మెజారిటి ఆమోదం ఉన్న మరియు పాలకులచే ఆమోదించబడిన ధర్మాన్ని మీరు అనుసరించాలి. సామాజిక ధర్మాన్ని పాటించాలా వద్దా అనేది మీ ఇష్టం, కానీ దానిని పాటించే వారిని విమర్శించకూడదు. అది వారి ఇష్టం. రాజు చేసిన చట్టానికి సంబంధించి, మీరు కటకటాల వెనక్కి నెట్టబడకుండా ఉండటానికి దానిని అనుసరించడం తప్ప వేరే మార్గం లేదు.

3.40. ఇన్ద్రియాణి మనో బుద్ధిరస్యాధిష్ఠానముచ్యతే ।
ఏతైర్విమోహయత్యేషా జ్ఞానమావృత్య దేహినామ్ ।

ఈ శ్లోకంలో, వ్యక్తులు బాధ్యతను ఎలా ఎంచుకోవాలో శ్రీకృష్ణుడు వివరించాడు. మానవులకు శరీరం, మనస్సు, బుద్ధి, ఆత్మ, పరమాత్మ, అనే ఐదు విభాగాలు ఉన్నాయి. శరీరానికి అనేక అవసరాలు ఉంటాయి. మనసుకు అసంఖ్యాకమైన కోరికలు ఉంటాయి. చాలా కోరికలు నేరపూరితమైనవి మరియు బహిరంగంగా ప్రకటించలేని అనాగరికమైనవి కూడా కావచ్చు. అన్ని కోరికలు నెరవేరవు. బుద్ధిమంతులు వాటిని తమ మనసులో రహస్యంగా ఉంచుకుంటారు. బుద్ధిహీనులు వాటిని బహిరంగంగా వ్యక్తం చేస్తారు మరియు మరికొందరు మూర్ఖులు తమ అసమంజసమైన కోరికలను నెరవేర్చుకోవడానికి దొంగతనం లేదా హింసకు పాల్పడతారు. శిక్ష అనుభవించే పాపులు వారే.

ఒక వ్యక్తి యొక్క బుద్ధి అతని అవసరాలు మరియు కోరికలను పరిశీలిస్తుంది. అలాంటి అవసరాలు మరియు కోరికలు సామాజికంగా ఆమోదయోగ్యమైనవా కాదా అని నిర్ణయిస్తుంది. ఏదైనా పని సామాజికంగా ఆమోదయోగ్యంగా ఉండాలంటే, అది చుట్టుపక్కల ప్రజలకు ఆమోదయోగ్యంగా ఉండాలి మరియు ప్రభుత్వ చట్టాల ప్రకారం అనుమతించబడాలి. సామాజిక అంగీకార పరీక్షలో ఉత్తీర్ణత సాధించని ఏ పనిని చేపట్టకూడదు. బుద్ధి మనసుకు నియంత్రిక అని చెప్పబడింది.

మీ కోరికలను బుద్ధి వడబోస్తుంది. అందుకే తప్పు పని చేసినవారిని బుద్ధి లేదా? అని నిందిస్తారు.

ఒక పని సామాజిక మరియు చట్టపరమైన ఆమోదయోగ్యత పరీక్షలో ఉత్తీర్ణత సాధించిన తర్వాత రెండవ పరీక్ష ఆత్మ తత్వంతో చేయాలి. ఆత్మ అంటే నేను. 1) ఈ పని నాకు సరిపోతుందా లేదా నేను ఆ పనికి సరిపోతానా మరియు 2) అలాంటి పని నాకు ప్రయోజనకరంగా ఉందా అని పరిశీలించాలి. అప్పుడు, అలాంటి పనిని కొనసాగించవచ్చు. ఆ పనికి సంబంధించిన పాపం లేదా పుణ్యం తన ఆత్మతో జత చేయబడుతుంది, అది వరుస జన్మల ద్వారా ప్రభావం చూపుతూ ఉంటుంది. ఒక వ్యక్తి తన కుటుంబ పోషణ కోసం అలాంటి లక్ష్యాన్ని కొనసాగించవచ్చు.

ఒకరి లక్ష్యాన్ని ఎన్నుకోవడంలో మూడవ పరీక్ష పరమాత్మ తత్వం. ఈ పరీక్షలో మీ చర్యలు మీ ప్రయోజనం కోసం కాకుండా ఇతరుల ప్రయోజనం కోసం ఉన్నాయో లేవో మీరు గమనిస్తారు. అటువంటి కార్యము వలన మీ ఆత్మకు ఎటువంటి పాపము కలుగదు.

లక్ష్యాన్ని సాధించిన తర్వాత, మీరు ఆ లక్ష్యం ప్రకారం జీవించడం కొనసాగిస్తే, మీరు మరణించినప్పుడు జన్మరహిత స్థితి అయిన మోక్షాన్ని పొందుతారు. మీరు భగవంతుడు

అయిన విశ్వంలో భాగం అవుతారు. విశ్వమే దేవుడు. విశ్వం యొక్క ప్రవర్తనా విధానాలు భగవంతుని లీలలుగా అర్థం చేసుకోటడుతున్నాయి. గ్రహగతులు, జనన మరణాలు, పాప పుణ్యాలు, కర్మ సిద్ధాంతం, విశ్వ లక్షణంలో భాగాలు. వాటి వెనుక ఎవరో ఉండి నడుపుతున్నారనడం భావ్యం కాదు. మనుషులు, జంతువులు, చెట్టూ పుట్టలు, క్రిమి, కీటకాలు, సముద్రాలూ, నదులూ, నక్షత్రాలు, అంతరిక్షంలో కూడిన విశ్వాన్ని గౌరవిద్దాం. అదే నిజమైన ఆరాధన. కృష్ణుడు కూడా తన నిజరూపం చూపమంటే విశ్వాన్నే చూపాడు.

4.2. ఏవం పరమ్పరాప్రాప్తిమం రాజర్షయో విదుపః ।
స కలేనః మహతా యోగే నష్టః పరన్తపః ।

శ్రీకృష్ణుడు అర్జునుడితో "నేను నీకు అందించిన జ్ఞానం తరతరాలుగా వస్తున్నది. ఇది ఋషులకు తెలుసు కానీ ఈ మధ్య కాలంలో అది భూమిపై అంతరించిపోతోంది" అని చెప్పాడు. ఈ భూమ్మిద జ్ఞానసంపద అంతరించిపోవడానికి కారణం విదేశీయుల వరుస దండయాత్రలు మరియు ఈ ధర్మాన్ని నమ్మని వారు ఈ దేశాన్ని పాలించడమేనని మనకు తెలుసు. అందుకే ప్రస్తుతం సమాజంలోని వివిధ వర్గాల మధ్య జ్ఞాన వైరుధ్యం సెలకొంది. ఒక పాలకుడు గత పాలకులు

సృష్టించిన భాష, సంస్కృతి, సాంప్రదాయాలను, జ్ఞాన భాండాగారాలను, జీవన విధానాలను, పథకాలను, చట్టాలను మార్చి వేయడం సర్వ సహజం. అది ఈనాటి రాజకీయాలలో కూడా మనం చూడవచ్చు. రాజు చేసిన చట్టానికి విరుద్ధంగా లేకపోతేనే ప్రజలు సనాతన ధర్మ జ్ఞానాన్ని అనుసరించడం మంచిదని నా అభిప్రాయం.

4.8. పరిత్రాణాయ సాధూనాం వినాశాయ చ దుష్కృతామ్ ॥ ధర్మసంస్థాపనార్థాయ సంభవామి యుగే యుగే ॥

భగవద్గీతలో ఇది చాలా తప్పుగా అర్థం చేసుకోటడిన శ్లోకం. భగవద్గీతను ఆరాధించే ప్రజలు దుర్మార్గులను శిక్షించడం మరియు సత్పురుషులను రక్షించడం శ్రీకృష్ణుని కర్తవ్యమని నమ్ముతారు. వారు తమను తాము రక్షించుకోరు, ఇతరులను కూడా రక్షించరు. ఇది సైద్ధాంతిక దివాళాకోరుతనం. భగవద్గీతలో అర్జునుడికి చెప్పినట్లు మన కర్మలు చేయమని సలహా ఇవ్వడం తప్ప శ్రీకృష్ణభగవానుడు అవసరమైనప్పుడల్లా జన్మించి మన కోసం ఏపనీ చేయదని వారు అర్థం చేసుకోవాలి. మన కర్తవ్యాన్ని ఎప్పుడూ మనం మాత్రమే చేయాలి. తాను ఏ పనీ చేయనని, కర్మ తనను బంధించదని శ్రీకృష్ణ భగవానుడు అనేక శ్లోకాలలో

స్పష్టంగా చెప్పాడు. అతను కర్త, కర్మ లేదా క్రియ కాదు. అతను సాక్షి మాత్రమే.

4.13 చాతుర్వర్ణ్యం మయా స్పష్టం గుణకర్మవిభాగశః ।
తస్య కర్తారమపి మాం విద్యా కర్తారం అవ్యయం ।

ఈ శ్లోకంలో శ్రీకృష్ణ భగవానుడు ఇలా చెప్పాడు "నేను మొత్తం జనాభాను బ్రాహ్మణ, క్షత్రియ, వైశ్య మరియు శూద్ర వంటి నాలుగు విభాగాలుగా విభజించాను. నాలుగు విభాగాలలో ప్రజలను పుట్టించానని అతను చెప్పలేదు. పుట్టుకతో ప్రతి వ్యక్తి శూద్రుడు. తన విధులను బట్టి ఏ వ్యక్తి అయినా పై వర్గీకరణలో దేనిలోనైనా చేరవచ్చు. ప్రజల లక్షణాలు, విధులను బట్టి విభజన చేశానని శ్రీకృష్ణ తెలిపాడు. ఇది ప్రజల యొక్క ఉత్తమమైన మరియు సమానమైన విభజన. జ్ఞానం నేర్చుకోవడం, బోధించడం ఎంచుకున్న వ్యక్తి బ్రాహ్మణుడు. రాజ్యాన్ని పొందినవాడు క్షత్రియుడు. వ్యవసాయం లేదా వ్యాపారాన్ని అనుసరించేవాడు వైశ్యుడు. సేవలతో జీవించేవారు శూద్రులు. అంటే ముఖ్యంగా నిరుపేదలు.

ఈ వర్ణాలు పరస్పరం మార్చుకోగలిగేవి. ఉన్నత వర్ణానికి చెందిన వారిని వివాహం చేసుకోవడం ద్వారా స్త్రీలు ఎగువ వర్ణంలో చేరవచ్చు కానీ పురుషులు ఎగువ వర్ణంలోని స్త్రీలను

వివాహం చేసుకోవడం ద్వారా ఉన్నత వర్ణంలో చేరలేరు. తన కఠోర శ్రమతో సాధించాలి. కర్ణుడు శూద్రుడు అని చెప్పి కౌరవులు మరియు పాండవులతో పాటు విలువిద్యలో పోటికి ప్రవేశించడానికి నిరాకరించారు. దుర్యోధనుడు అతనికి తక్షణమే అంగరాజ్య పట్టాభిషేకం చేశాడు. అప్పుడు కర్ణుని క్షత్రియుడిగా భావించి అర్జునుడితో పోటికి అనుమతించారు. వశిష్ఠ, వాల్మీకి, విశ్వామిత్ర మొదలైన రుషులు, దేవుళ్ళు కూడా అంతే. శూద్రుడు తన సామర్థ్యాలను బట్టి ఏదైనా కావచ్చునని ఈ సంఘటన చెటుతుంది.

వివాహాలకు సంబంధించి, ఎగువ వర్ణానికి చెందిన ఏ పురుషుడైనా దిగువ వర్ణాల్లోని స్త్రీని వివాహం చేసుకోవచ్చని నిర్ణయించబడింది. కాబట్టి, శూద్ర కుటుంబానికి బ్రాహ్మణుడు, క్షత్రియుడు లేదా వైశ్యుడు అల్లుడు కాగలడు. ఆ విధంగా, అందరూ బంధువులే. విభజన అనేది ప్రతి వ్యక్తి యొక్క విధులకు మాత్రమే సంబంధించినది. ఆ రోజుల్లో భారతదేశంలో కులవ్యవస్థ లేదు. పరస్పరం మార్చుకోగల వర్ణ వ్యవస్థ మాత్రమే ఉనికిలో ఉంది. గ్రామాలు మరియు రాజ్యాల మధ్య యుద్ధాల కారణంగా వేలకొద్దీ రాజ్యాలు, రాజవంశాలు, కులాలు, వర్గాలు ఏర్పడ్డాయి విజేతలు ప్రత్యేక కులంగా ఏర్పడి ఇతర కులాలను అణగదొక్కారు. అలా ఈనాటి అగ్రవర్ణాలన్నీ రాజ్యాధికారం రాగానే ఒకప్పటి శూద్ర వర్ణం నుండి విడివడి ప్రత్యేకంగా ఏర్పాటు

చేసుకున్నవే. ఇలా వేల సంఖ్యలో కులాలు భారతదేశంలో ఏర్పడ్డాయి. వృత్తులను బట్టి కులాలు ఏర్పడ్డాయని వాదించడం కుసంస్కారమే. ప్రజాస్వామ్యం వచ్చిన తరువాత, రాజకీయ నాయకులు ఓటు బ్యాంకులు చేసుకునేందుకు ప్రజలను ఒకరిపై మరొకరిని రెచ్చగొడుతున్నారు. ఫలితం: వర్గ, కుల, మత, ప్రాంత, భాషావిద్వేషాలు.

పురుష సూక్తంలో, "బ్రాహ్మణోస్య ముఖమాసీత్, బహూ రాజన్య కృతః, ఊరూ తదస్య యద్వైశ్యః, పద్భ్యం శూద్రో అజాయతః" అనే చరణం మనకు కనిపిస్తుంది. ఈ శ్లోకం మరియు మంత్రపుష్పం భగవంతుని సర్వవ్యాప్తి మరియు సర్వశక్తిని మరియు విశ్వం యొక్క పరిణామాన్ని వివరించడానికి ప్రయత్నిస్తాయి. ఇది బ్రాహ్మణ, క్షత్రియ, వైశ్య మరియు శూద్ర వంటి నాలుగు వర్గాల ప్రజలతో కూడిన సమాజంగా భగవంతుని రూపాన్ని వివరిస్తుంది. వివిధ వర్గాల ప్రజలు భగవంతుని వివిధ భాగాల నుండి జన్మించారని చెప్పలేదు. దేవుడు, వేదాల ప్రకారం, నామరూపాలు లేనివాడు మరియు నిరాకారుడు. అతను ఎప్పుడూ పుట్టలేదు మరియు అతను ఎప్పటికీ చనిపోడు. కానీ కొందరు వక్రీకరణవాదులు, తెలివితక్కువవారు లేదా దుర్మార్గులు కాబట్టి వారు అలాంటి వక్రీకరణలు చేస్తారు. ఆసీత్, కృతః, అజాయతః అంటే పుట్టుట అని అర్థం చెప్పడానికి కారణం భాష రాకపోడంతప్ప వేరుకాదు.

ఏ పాలక కులమైనా యుద్ధాల్లో అధికారాన్ని కోల్పోయిన తర్వాత అణచివేతకు గురవుతుంది. ఈనాటి S.C., S.T., B.C., లంతా ఒకనాటి పాలకులే. కాకతీయయులు పులింద వంశానికి చెందిన బోయలు. అధికారాన్ని కోల్పోయిన తర్వాత వారు అడవుల్లో దాక్కున్నారు. పక్షులు మరియు జంతువులను వేటాడుతూ జీవించేవారు. శాలివాహనులు ప్రస్తుత కుమ్మరి కులంగా చెప్పబడ్డారు. నంద వంశం వారు క్షురకులు. యాదవులు శ్రీకృష్ణుని వంశం తప్ప మరెవరో కాదు. పాండవులు మరియు కౌరవులు ఒక మత్స్యకార మహిళ మరియు పరాశరుల వారసులు. ఒకప్పుడు ఆంధ్ర, తెలంగాణ ప్రాంతాలను గౌడలు పాలించారు. ప్రస్తుతం మట్టి పనులు చేపట్టే వడ్డెరలు రాయలసీమను పాలించారు. సమాజం పరిణామగతం మరియు నిరంతరం అభివృద్ధి చెందుతూ ఉంటుంది. పరిణామానికి మనం ఏ ఒక్క కులాన్ని లేదా ఒక వ్యక్తిని నిందించకూడదు, పొగడకూడదు.

పాలకులు తమ రాజకీయ, ఆర్థిక దోపిడీలను కప్పిపుచ్చుకోవడానికి జనబాహుళ్యాల దృష్టిని మరల్చడానికి రుజువులులేని గతకాలపు సామజిక అణచివేత అనే బూచిని తెరపైకి తెస్తారు. సమాజ గతి, నిర్మాణం పాలకులు ఆశించిన విధంగా, శాసించిన విధంగా ఉంటుంది తప్ప దానికి వ్యతిరేకంగా సమాజంలోని ఏదో ఒక కులం లేదా ఏదో ఒక వ్యక్తి

భావించినట్టుగా ఉండదు. ఒకనాడు బ్రాహ్మణులకు ప్రథమ తాంబూలం ఇచ్చినా, అగ్రాసనం ఇచ్చినా, ఈనాడు పెడ్యూల్డ్ కులాలు, జాతుల వారికి ఇచ్చినా అది పాలకుల ప్రణాళిక తప్ప ఎదో ఒక కులానిదో, వ్యక్తిదో కాదు. వాస్తవానికి గత 3,500 సంవత్సరాలుగా భారతదేశం భారతీయ సనాతన వాదులచేగాని అట్టి ధర్మాలచేతగాని పరిపాలించబడలేదు. క్రీ.పూ. 7వ శతాబ్దంలో జైనం, క్రీస్తు పూర్వం 5వ శతాబ్దంలో బౌద్ధం ఆవిర్భవించిననాటినుండి నేటివరకు భారతదేశం అవైదికంగానే గడిపింది. దాదాపు గత వెయ్యి సంవత్సరాలు ఎక్కువ భాగం విదేశీ పాలనలోనే ఉండిపోయింది. అట్టి విదేశీ పాలకులు సామజిక సమతౌల్యానికి చేసింది శూన్యం. ఏ పాలకులైనా సమాజం విడివడివుండాలనే కోరుకుంటారు. సమైక్యంగా ఉంటే తిరుగుబాటు చేస్తారని భయపడతారు. ప్రజలు చైతన్యవంతం కావలసిన అవసరం వుంది.

సామాజిక పతనం ఎలా జరుగుతుందో చూద్దాం. ఇందుకు కౌరవ పాండవుల చరిత్ర చక్కని ఉదాహరణ. మోసపూరిత పాచికల ఆటలో పాండవులు మొదట తమ సంపదను కోల్పోయారు, తరువాత వారి రాజ్యాన్ని, కుటుంబాన్ని, స్త్రీని మరియు చివరకు తమను తాము కోల్పోయారు. అప్పుడు అవమానాలు వచ్చాయి, అరణ్యాలలో నివసించడం మరియు విరాట రాజు కొలువులో సేవకులుగా జీవించడం వచ్చాయి. ఈ

విధంగానే యుద్ధాలలోనూ మోసాలతోనూ అనేక కులాలు అధికారం, ఆస్తులు మరియు కీర్తిని కోల్పోయాయి, ఆ తర్వాత వారు పూర్తిగా అణచివేయబడ్డారు. పాండవులు, కురుక్షేత్ర యుద్ధం చేయడానికి 7 లక్షల మంది సైనికులతో తిరిగి వచ్చారు. తమ రాజ్యాన్ని తిరిగి పొందారు. వారు అనేక ఇతర రాజులతో చేతులు కలపడం వల్ల ఇది సాధ్యమైంది. నేటి అణగారిన వర్గాలు నేర్చుకోవలసింది అదే. వారు సంఘటిత పోరాటం చేస్తే వారు కోల్పోయిన రాజ్య వైభవాన్ని తిరిగి పొందవచ్చు. ఒక్కొక్కరుగా పోరాడితే వారికి రేషన్లు, పించన్లు, రిజర్వేషన్లు దక్కడం ఖాయం తప్ప రాజ్యాలు రావు. వాస్తవానికి భారతదేశ సనాతన సంస్కృతి, సాంప్రదాయాలకు ఆద్యులు, ఆరాధ్యులు వారే. దేవతలు, మునులు, వాంగ్మయ రచయితలు, పాలకులు కూడా వారే. అదే వైభవాన్ని వారు తిరిగి పొందాలి.

4.33. శ్రేయాస్ ద్రవ్యమయాత్ యజ్ఞాత్ జ్ఞాన యజ్ఞః పరంతప.

సర్వం కర్మాఖిలం పార్థ జ్ఞానే పరిసమాప్యతే.

పరమాత్మ తత్వంతో చేసే ప్రతి పని యజ్ఞమే. పరమాత్మ తత్వం అంటే ఇతరుల మేలు కోసం చేసే నిస్వార్థ సేవ అని మనకు తెలుసు. ఇతరుల ప్రయోజనం కోసం మనం ఏమి చేయగలమో

మీకు తెలుసు. అలాంటి పనులు 1) మీ పట్టణంలో రోడ్డుకు ఇరువైపులా చెట్లను నాటడం మరియు అవసరమైనప్పుడు వాటికి నీరు అందించడం ద్వారా పట్టణ వాసులకు ఆరోగ్యం మరియు సంతోషాన్ని అందించడం. ప్రతిఫలంగా మీ కోసం మీరు ఏమీ ఆశించకూడదు. 2) మురికివాడల నివాసితులలో వారి పరిసరాలను శుభ్రంగా ఉంచడం ద్వారా అంటు వ్యాధులను నివారించడానికి అవగాహన కల్పించడం. 3) నిరక్షరాస్యులైన పెద్దలకు విద్యను అందించడం మొదలైనవి. తద్వారా వారు సంతకం చేయగలరు, చదవగలరు, వ్రాయగలరు ఎలక్ట్రానిక్ గాడ్జెట్లను ఉపయోగించగలరు. ఇతరుల జీవన నాణ్యతను మెరుగుపరచడానికి మీరు ఏమైనా చేయవచ్చు.

ఎవరైనా పేదల కోసం తినుబండారం నడుపుతున్నారనుకుందాం. నిర్వహించడానికి తగిన ధరను వసూలు చేస్తే, అది పరమాత్మ తత్వం. తనకు లాభాల కోసం చేస్తే అది వ్యాపారం. మీరు ప్రభుత్వం లేదా ప్రభుత్వం అనుమతించిన వ్యాపార సంస్థలో ఉద్యోగంలో ఉన్నారని అనుకుందాం, మీ సేవ స్వచ్ఛందం కాదు లేదా త్యాగం కాదు కాబట్టి మీరు పరమాత్మ తత్వంతో చేయడం లేదు. మీరు మీ విధి నిర్వహణలో ఉద్దేశపూర్వకంగా లేదా నిర్లక్ష్యంగా ఇతరులకు అన్యాయంగా ప్రయోజనం చేకూర్చినట్లయితే లేదా హాని చేసినట్లయితే అటువంటి చర్యలు ఖచ్చితంగా మీకు అపారమైన

పాపాన్ని సంపాదిస్తాయి. మీరు అనేక జన్మలు మరియు పునర్జన్మలకు అటువంటి పాపాన్ని అనుభవించవలసి ఉంటుంది.

4.36 అపి చేదసి పాపేభ్యః సర్వేభ్యః పాపకృత్తమః ।
సర్వం జ్ఞానప్లవేనైవా వృజినం సన్తరిష్యతి ॥

ఈ శ్లోకంలో, శ్రీకృష్ణ భగవానుడు తమ జీవితంలో ఇంతవరకు ఏ మంచి పని చేయని వ్యక్తులకు మరియు పాపంలో జీవించిన వారికి మార్గదర్శకత్వం చూపుతున్నాడు. మీరు ఇప్పటివరకు అత్యంత పాపాత్ములై ఉండవచ్చు. పర్వాలేదు. సంస్కరణ ప్రారంభం ఎప్పుడూ చేయనిదానికంటే ఆలస్యంగానైనా చేయడం మంచిది. మీరు ఈ రోజు నుండి పుణ్యాన్ని కూడగట్టుకోవడం ప్రారంభించవచ్చు. మీ గత పాపాన్ని అధిగమించేంత పుణ్యాన్ని మీరు కూడబెట్టుకోవచ్చు. విశ్వం ఏకైక సంస్థ. అది మాత్రమే దాని స్వంత యజమాని. మీరు మరియు నేను అందరూ దాని ఉద్యోగులం. మీ విధులు అలిఖితమైనవి, కానీ పిచ్చుకకు గూడు అల్లడం వచ్చినట్లు అందరికీ అన్నీ బాగానే తెలుసు. మీరు విశ్వానికి సహాయం చేయాలి మరియు హాని చేయకూడదు. మీకు తెలుసా, విశ్వం అంటే మానవులు గ్రహించినా, గ్రహించకపోయినా విశ్వంలో ఉన్నదంతా. ఇందులో ఈ

విశ్వంలోని గ్రహాలు, నక్షత్రాలు, భూమి, నీరు, గాలి, అగ్ని, సజీవ లేదా నిర్జీవం అని కొందరు భావించే వస్తువులు ఉంటాయి. నిజానికి, నా అభిప్రాయం ప్రకారం, మొత్తం విశ్వం సజీవంగా ఉంది. విశ్వంలో నిర్జీవమైనవి లేవు. దానిలోని ప్రతి అణువు సజీవంగా ఉంటుంది. మీరు విశ్వంలోని పరమాణువులకు మేలు చేసేలా ప్రవర్తిస్తే, అవి కూడా మీతో దయతో ప్రవర్తిస్తాయి. విశ్వం మరియు మీరు సహజీవనంలో ఉన్నారని గుర్తుంచుకోవాలి. మీరు మరియు విశ్వం ఏకగ్రీవంగా ఉండాలి. అది అద్వైతం. విద్వాన్ సర్వత్ర సమ దర్శనః. అహం బ్రహ్మాస్మి, అయం ఆత్మా తత్వమసి. ఈ పదాలన్నింటికి అర్థం ఒక్కటే.

ఇప్పటి నుండే పరమాత్మ తత్వంలో జీవించడం ప్రారంభించండి. మీరు మీ గురించి ఆలోచించి, మీ ప్రయోజనం కోసం ఏదైనా చేస్తే, మీరు ఆత్మ తత్వంతో అలాంటి పని చేస్తున్నట్లు అంటారు. ఆ పనికి సమకాలీన సామాజిక మరియు చట్టపరమైన అంగీకారం ఉన్నట్లయితే, మీరు ఎటువంటి చట్టపరమైన ఉల్లంఘనలకు బాధ్యులుకారు. అయినప్పటికీ, మీ చర్యలు ప్రకృతి నియమాలకు అనుగుణంగా లేకపోతే మీరు విశ్వం యొక్క దృష్టిలో పాపం పొందుతారు. మీ చర్యల ద్వారా మీరు పొందిన పాపం లేదా పుణ్యం మీ ఆత్మకు జమ చేయబడుతుంది. అది మీరు వరుస జన్మలలో తిరిగి

చెల్లించవలసి ఉంటుంది. పరమాత్మ తత్వంతో ఏదైనా చేస్తే పుణ్యమే వస్తుంది తప్ప పాపం రాదు. అనగా మీరు సమాజ అంగీకృతి లేని పనులు చేస్తే సామాజికంగా వెలివేయబడతారు. చట్ట వ్యతిరేక పనులు చేస్తే చట్టం దృష్టిలో నేరస్థులై శిక్ష పొందుతారు. సామజిక మరియు చట్టపరమైన అంగీకృతులు ఉన్నా ప్రకృతిపరంగా అనగా మీ ఆత్మసాక్షిగా మీరు చేసే పని తప్పైతే పాపం సంప్రాప్తం కావడం తప్పదు.

6.16 నాత్యస్నాతస్తు యోగోస్తి న చైకాన్తం అనశ్నత ॥ న చాతిస్వప్నశీలస్య జాగ్రతో నైన చార్జునా ॥

ఈ శ్లోకంలో, పరమాత్మ తత్వాన్ని సాధించే ప్రక్రియను నాశనం చేసే అడ్డంకుల గురించి శ్రీకృష్ణుడు అర్జునుని హెచ్చరించాడు. ఆహారాన్ని ఎక్కువగా ఇష్టపడేవాడు, అస్సలు తిననివాడు, అతిగా నిద్రపోయేవాడు మరియు అస్సలు నిద్రపోనివాడు పరమాత్మ తత్వాన్ని పొందలేడు. అనగా గొప్ప పనులు చేయలేడు. బహుశా మీకు అలాంటి పరిస్థితుల అనుభవం ఉండవచ్చు. మీరు ఒక రాత్రి నిద్ర పోలేదనుకోండి, మరుసటి రోజు మీరు ఉత్సాహంగా కనిపించలేరు; మీ ఉద్యోగంలో మరుసటి రోజు మీ అత్యుత్తమ ప్రదర్శన చేయలేరు. మీరు అతిగా నిద్రపోతే, మీరు మీ బస్సు, రైలు లేదా విమానాన్ని

కోల్పోతారు లేదా మీరు సమయానికి మీ కార్యాలయానికి చేరుకోలేరు. ఇది సమయ పెడ్యూళ్లను అనుసరించడం మరియు శారీరకంగా ఆరోగ్యంగా ఉండటం యొక్క ప్రాముఖ్యతను నొక్కి చెటుతుంది. "శరీరమాద్యం ఖలు ధర్మ సాధనం" అని కూడా అంటారు. ఏదైనా సాధించాలంటే శారీరక ఆరోగ్యం ముఖ్యం.

6.30. యో మాం పశ్యతి సర్వత్ర సర్వం చ మయి పశ్యతి ।
తస్యాహం న ప్రణశ్యామి స చ మే నప్రణశ్యతి ॥

భగవంతుడు అంటే ఏమిటో అర్థం చేసుకోవడానికి ఈ శ్లోకం సహాయపడుతుంది. ఈ శ్లోకంలో శ్రీకృష్ణ భగవానుడు ప్రతి వస్తువులో భగవంతుడిని కనుగొనేవారికి మరియు భగవంతునిలో ప్రతి వస్తువును కనుగొనేవారికి తాను అదృశ్యుడు కాదని వెల్లడించాడు. దీనర్థం, అంతా దేవుడే మరియు దేవుడే సర్వస్వం. దీన్ని అర్థం చేసుకుంటే దేవుడు ఉన్నాడా లేదా అనే ప్రశ్నే తలెత్తదు. ఇదే అసలైన అద్వైతం. "విద్వాన్ సర్వత్ర సమ దర్శనః" అని ఉపనిషత్ చెటుతోంది. ప్రతి వస్తువు భగవంతుడు కాబట్టి ప్రతి వస్తువు ఒకటే అని అర్థం. అందుకే విశ్వంలోని ప్రతి అణువును మనం గౌరవించాలి. మహాభారతంలో, భీష్ముడు విశ్వంలోని ప్రతి పరమాణువుకు

మీరు శ్రేయోభిలాషిగా ఉంటే విశ్వంలోని ప్రతి పరమాణువు మీ పట్ల శ్రేయోభిలాషిగా ఉంటుందని యుధిష్టరునికి వివరించాడు.

నా అభిప్రాయం ప్రకారం విశ్వం సజీవమైనది మరియు పరిణామాత్మకమైనది. భక్తి కార్యక్రమాలు సానుకూల దృక్పథం మరియు విశ్వాసాన్ని పెంపొందించడానికి ఉద్దేశించిన మానసిక వ్యాయామాలు. ప్రతి ఒక్కరూ ప్రశ్నించకుండా వాటిని అనుసరించమని నేను సలహా ఇస్తున్నాను. జీవులలో వుండే ప్రతియొక్క స్పందన ప్రకృతికి కూడా ఉంటుంది. దానికి లేకుంటే దాని నుంచి ఆవిర్భవించిన జీవులకు ఎక్కడినుండి వస్తాయి స్పందనలు? అందుకే విశ్వాన్ని ఆరాధించాలి, గౌరవించాలి, సంరక్షించాలి, సంతృప్తిపరచాలి. అదే భగవదారాధన. ప్రతి వస్తువు, జంతువు, చెట్టు, పక్షి, కీటకాలు మరియు వ్యక్తి విశ్వంలో భాగమైనందున, వాటి పట్ల మీ ఆలోచన మరియు ప్రవర్తనను విశ్వంగమనిస్తుంది మరియు ఈ జీవితంలో లేదా రాబోయే జీవితంలో మినహాయింపు లేకుండా సమానమైన బహుమతులు లేదా శిక్షలను మీకు అందిస్తుంది.

విశ్వంలోని ప్రతి జీవి కలిగి ఉండే అన్ని ప్రతిస్పందనలను విశ్వం కలిగి ఉంటుంది. విశ్వం అటువంటి ప్రతిస్పందనలను కలిగి ఉండకపోతే, జీవులు వాటిని ఎక్కడ నుండి పొందుతాయి? ఈ విధంగా, ప్రతి వ్యక్తికి ఉన్నటువంటి ప్రేమ, కోపం, పగ,

కృతజ్ఞత వంటి అన్ని లక్షణాలను విశ్వం కలిగి ఉంటుంది కాబట్టి, భగవంతుడిని ఆరాధించే ఏకైక మార్గం: విశ్వాన్ని సంతృప్తిపరచడం, సేవించడం, సంరక్షించడం మరియు ప్రార్థించడం.

6.32 ఆత్మోపన్యేన సర్వత్ర సమం పశ్యతి యో అర్జున ‖ సుఖం వా యదివా దుఃఖం స యోగీ పరమో మతః ।

ఈ శ్లోకంలో శ్రీకృష్ణుడు అర్జునుడికి సమ ద్రుష్టి గురించి వివరిస్తున్నాడు. విద్వాన్ సర్వత్ర సమ దర్శనః అని ఇదివరకే తెలుసుకున్నాం. ఈ విశ్వంలోని ప్రతి కణం మరియు మీరు ఒకే విశ్వంలో భాగాలు కాబట్టి, ఇతరుల సంతోషం లేదా దుఃఖం మీకు కూడా చెందుతుందని మీరు భావించాలి. మీరు ఇతరుల పట్ల సానుభూతి చూపాలి. నిరుపేదలకు సహాయం చేయాలి. అలాంటి వ్యక్తి తన హృదయానికి అత్యంత సన్నిహితుడని శ్రీకృష్ణ భగవానుడు చెప్పాడు. శ్రీకృష్ణుడు అంటే విశ్వం మరియు ఆయనే పరమాత్మ. అదే అతను అర్జునుడికి చూపించాడు. అది విశ్వ రూప సందర్శన.

6.43. తత్ర తం బుద్ధిసంయోగం లభతే పౌర్వదేహికమ్ । యతతే చ తతో భూయః సంసిద్ధౌ కురునన్దన ।

పరమాత్మ తత్వాన్ని సాధించడానికి ప్రయత్నించి, తన లక్ష్యం సెరవేరకుండానే మరణించిన వ్యక్తికి ఏమి జరుగుతుందని అర్జునుడు సందేహాన్ని వ్యక్తం చేశాడు. యుద్ధంలో చనిపోతే మోక్షం వస్తుందని శ్రీకృష్ణుడు అర్జునుడికి ముందే చెప్పాడు. అటువంటి వ్యక్తి చనిపోయే ముందు పరమాత్మ తత్వాన్ని సాధించేందుకు తన శాయశక్తులా కృషి చేశాడని, అందుకే మళ్లీ సాధకుల ఇంట జన్మించి పరమాత్మ తత్వ స్థితిని మరింత శక్తివంతంగా పొందాలనే తపనను పునఃప్రారంభిస్తాడని శ్రీకృష్ణ భగవానుడు వివరించాడు. కాబట్టి, పరమాత్మ తత్వాన్ని సాధించే ప్రయత్నంలో మరణం లేదా వైఫల్యం గురించి మనం భయపడాల్సిన అవసరం లేదు. ప్రయత్నమే మన కర్తవ్యం.

7.1 మయ్యాసక్తమనః పార్థ యోగం యుంజన్ మదాశ్రయః।
అసంశయం సమగ్రం మాం యథా జ్ఞాస్యసి తచ్ఛృణు ॥

ఈ శ్లోకంలో శ్రీకృష్ణ భగవానుడు తనపై పూర్తి విశ్వాసం మరియు నమ్మకం ఉంచమని సలహా ఇచ్చాడు. ఇది చూసి కొందరు కృష్ణ భక్తులు అయ్యారు. వారు అతనికి అందమైన శారీరక రూపాన్ని ఆరాధించారు. వివిధ రకాల వస్త్రాలు మరియు ఆభరణాలతో అతన్ని అలంకరించారు; అతనికి ఆలయాలు నిర్మించారు; వారు అతనిని స్తుతిస్తూ పాడటం మరియు నృత్యం చేయడం ప్రారంభించారు. నిజానికి దేవుడికి గుడి అవసరం లేదు. విశ్వమంతా ఒక దేవాలయం. అందులోని ప్రతి కణమూ ఆరాధ్యమైనది. అర్జునుడికి లేదా అతని తల్లి యశోదకు అతని విశ్వరూప సందర్శన నుండి ప్రజలు ఏదీ నేర్చుకోలేదు. అతను మానవ రూపంలో జన్మించినప్పటికీ, మానవుని వలె ప్రవర్తించినప్పటికీ, అతను విశ్వానికి ప్రాతినిధ్యం వహించాడు. అందుకే ఆయన పరమాత్మ. భగవద్గీతలో చెప్పబడిన వాటిని మనం క్షుణ్ణంగా ఆచరిస్తే, మనలో ప్రతి ఒక్కరు పరమాత్మ కాగలుగుతారు. వారికోసం మరియు పరులకోసం కూడా తమ పరిసరాలను నందనవనంలా తీర్చిదిద్దగలరు.

అలాగని దేవాలయాలు అవసరం లేదని నా భావం కాదు. ఏదైనా వస్తువును, మనిషిని, జంతువును, నదీనదాలను,

పర్వతాలను గ్రహాలను, భూతాలను పూజించడం వల్ల ఉపయోగం లేదని కూడా చెప్పడం లేదు,. అలాంటి చర్యలు మీ మానసిక ఏకాగ్రతను, శాంతిని పెంచుతాయి. కాకుంటే, సకారాత్మక అర్చనలు చేసేటప్పుడు ఆయా వస్తువులను, వ్యక్తులను ఈ సువిశాల విశ్వానికి ప్రతినిధులుగా భావించి, భగవంతుని ఏకత్వాన్ని అర్థం చేసుకొని అర్చించాలి. మనం పూజించటానికి ముందుగా స్నానాదులు ఆచరించి పరిశుభ్రంగా తయారవడం అలాగే మన పూజా పరిసరాలను అందంగా అలంకరించుకోవడం, మనం పూజించదలచుకున్న మూర్తులను అందంగా అలంకరించుకోవడం, సుగంధ ద్రవ్యాలతో పరిసరాలను ఆహ్లాదంగా ఉంచడం, మన ఆశయాలను, కోరికలను అర్చమూర్తుల ముందు మరొక్కసారి పరిపుష్టం చేసుకోవడం, సఫలం కావాలని కోరుకోవడం, అతిథి అభ్యాగతులను చందన తాంబూల, ఆహారాది సత్కారాలతో సంతృప్తి పరిచి వారి నుండి ఆశీర్వాదాలు పొందటం ఎంత మాత్రము తప్పు కాదు. ఇవన్నీ సాధనకు సంకల్ప బలాన్ని చేకూరుస్తాయి.

8.5 అన్తకాలే చ మామేవ స్మరస్ ముక్త్వా కలేవరమ్ ॥
యః ప్రయాతి స మద్భవం యాతి నాస్త్యత్ర శంసయః |

ఈ శ్లోకంలో మరియు తరువాతి శ్లోకంలో, ఎవరైతే కనీసం తన జీవిత చరమాంకంలోనైనా పరమాత్మ గురించి ఆలోచిస్తాడో అతను తదుపరి జన్మలో పరమాత్మ తత్వాన్ని పొందుతాడని శ్రీకృష్ణుడు చెప్పాడు. ఆ వ్యక్తి తన జీవిత చరమాంకంలో జ్ఞానోదయం పొందాడని అర్థం. అటువంటి వారిని పరమాత్మ ఖండించడు. మరణ సమయానికి మనం ఏదైతే గంభీరంగా ఆలోచిస్తున్నామో, వచ్చే జన్మలో అలాంటి ఆలోచనకు సమానమైన రూపాన్ని పొందుతాము. పాతకులు మరణ సమయంలో కలిగి ఉండే వివిధ రకాల ఆలోచనల గురించి ఆలోచించవలసిందిగా కోరుతున్నాను. తదుపరి జన్మకు తగిన రూపాలు ఏమిటో కూడా ఆలోచించమని నేను వారిని అభ్యర్థిస్తున్నాను. అతను పూర్వ పాపాల ఫలితాలను భరించాల్సిన అవసరం లేదని దీని అర్థం కాదు. వాటిని భరించక ఎలాగూ తప్పదు. అందుకే ఉత్తమ వ్యక్తులు కూడా తమ జీవితంలో కష్టాలను అనుభవిస్తారు. తన స్వంత పాపాలు మరియు పుణ్యాల నుండి ఎవరూ తప్పించుకోలేరు. పాపాలు మరియు పుణ్యాలు ఒకదానికొకటి సర్దుబాటు చేయబడవు. దేవతలు మరియు సాధువులు కూడా వారి జీవితాలలో బాధలు

పడటానికి మరియు పాపులు కూడా ఈ భూమిపై తమ జీవితాన్ని ఆనందంగా గడపడానికి కారణం అదే.

దీని అర్థం మీరు శత్రువులచే చంపబడుతున్నప్పుడు మీరు దేవుణ్ణి ప్రార్థిస్తూనే ఉండాలని లేదా మీ తోటి మానవుడు కొంతమంది దుర్మార్గులచే క్రూరత్వానికి గురైతున్నప్పుడు మీరు దేవుని స్మరిస్తూనే ఉండాలని కాదు. ఏమీ చేయలేనప్పుడు గజేంద్రమోక్షంలో గజరాజులాగా భగవంతుడిని ప్రార్థించడంకంటే చేయగలిగిందికూడా ఏమీ లేదు. అటువంటి సందర్భాలలో, మిమ్మల్ని మరియు అలాంటి ఇతరులను అఘాయిత్యం నుండి రక్షించుకోవడం మీ కర్తవ్యం. ఏది చేసినా అది మీరు పరమాత్మ తత్వంతోగాని, ధర్మాచరణలో భాగంగాగానీ చేయాలి.

9.22 అనన్యాశ్చిన్తయన్తో మాం యే జనాః పర్యుపాసతే ॥
తేషాం నిత్యాభియుక్తానాం యోగక్షేమం వహామ్యహమ్ ।

ఈ శ్లోకంలో శ్రీకృష్ణుడు కొన్ని రకాల వ్యక్తులకు హామీ ఇస్తున్నాడు. ఎవరైతే పరమాత్మ తత్వానికి, అనగా తన విద్యుక్త ధర్మ నిర్వహణకు పూర్తి అంకితభావంతో ఉంటారో అతని నమ్మకాన్ని లేదా యోగ స్థితిని నేను చూసుకుంటానని ఆయన అన్నారు. కానీ, పండితులు దానికి భిన్నమైన రీతిలో వివరించారు. భగవంతుడిని ప్రార్థించడం తప్ప మరే పని చేయని

వ్యక్తుల భద్రత మరియు అవసరాలను పరమాత్మ చూసుకుంటారని వారు చెప్పారు. ఇది శ్రీకృష్ణ భగవానుని ఉద్దేశ్యానికి పూర్తిగా విరుద్ధంగా ఉంది. పరమాత్మ తత్వాన్ని ఆచరించే వారి యోగస్థితిని భగవంతుడు రక్షిస్తాడని ఈ శ్లోకం యొక్క అసలు అర్థం. కాబట్టి, దయచేసి ఎటువంటి విచక్షణ లేకుండా పరమాత్మ తత్వంతో పనులను ప్రారంభించండి. మీ యోగస్థితిని నిలుపుకోవడంలో భగవంతుడు మీకు సహాయం చేస్తాడు. ఈ శ్లోకంలో రెండు ముఖ్యమైన పదాలు ఉపయోగించబడ్డాయి: చింతన మరియు ఉపాసన. చింతన అంటే పరమాత్మతో మానసిక ఐక్యత, ఉపాసన అంటే పరమాత్మ తత్వంలో ప్రవర్తించడం.

భగవంతుడిని కీర్తించడం తప్ప మరే పని చేయకూడదని మరియు వారి ప్రాపంచిక అవసరాలను దేవుడు చూసుకుంటాడని బోధించే పండితుల వివరణను సాధారణ ప్రజలు ఇష్టపడతారు. ఎందుకంటే ఆలా ఉండటం వారికి సౌఖ్యంగా ఉంటుంది కాబట్టి. ఇది వాస్తవానికి సోమరితనానికి, చేతకానితనానికి చిహ్నం. అలా అయితే, ఎవరూ ధర్మబద్ధమైన కర్మలు చేయరు. ఇది మొత్తం భరత సమాజాన్ని సోమరిపోతులను చేసింది. తమ స్త్రీలను బలవంతంగా తీసుకువెళ్లి అత్యాచారం చేస్తున్నప్పుడు, పిల్లలను చంపి ఆస్తులు దోచుకున్నప్పుడు, దేవాలయాలు ధ్వంసం

చేయబడినప్పుడు మరియు రాజ్యాలు కోల్పోయినప్పుడు కూడా వారు దేవుణ్ణి మరింత ఉద్వేగంతో ప్రార్థిస్తూనే ఉన్నారు. తమ రాజ్యాలను శత్రువులు లాక్కున్నప్పుడు మరియు వారి స్త్రీలను అపహరించి అవమానించినప్పుడు శ్రీరాముడు మరియు పాండవులు చేసిన వాటిని వారు అనుకరించలేదు. గీతాబోధ పూర్తిగా వృధా అయిపోయింది. భగవంతుడు అర్జునిడికి యోగీ భవ అని బోధించాడు. అంటే నీ ధర్మంతో యోగించి లేదా దానికి అనుగుణంగా ప్రవర్తించమని.

కొంతమంది పండితులు తమ శిష్యులను ప్రశాంతంగా ఆలోచన మరియు క్రియ లేకుండా కొంత సమయం కళ్ళు మూసుకుని కూర్చోమని బోధిస్తారు. మంచి, చెడు లేదా దేవుని గురించి కూడా గుర్తుకు తెచ్చుకోవద్దని బోధిస్తారు. దానిపేరు మెడిటేషన్ అని చెటుతారు. అలా మానవులు మానసిక ప్రశాంతత సాధించడం మంచిదే కానీ ఈ దశలో మీరు ఆలోచించకూడదనుకునే విషయాలు మీకు మరీమరీ గుర్తొస్తాయి. ఇది ఖచ్చితంగా అసాధ్యమైన పని. మీరు మీ మనస్సుపై నియంత్రణ పొందుతారని మరియు మీరు ఈ ప్రక్రియను అభ్యసిస్తున్న కొద్దీ అది పదునుగా మారుతుందని బోధకులు వివరిస్తున్నారు. కొంతమంది ఈ ప్రక్రియకు ఆకర్షితులవుతారు. వాస్తవానికి మెడిటేషన్ అంటే ఏదైనా ఒక లక్ష్యాన్ని సాధించడం కోసం తీవ్రంగా ఆలోచించడం అని అర్థం.

ఈ వ్యక్తులు ఆత్మ తత్వం లేదా పరమాత్మ తత్వంతో వారి జీవిత లక్ష్యాన్ని ఎన్నుకోవడంలో వారి పదునైన మరియు స్థిరమైన మనస్సును ఉపయోగించాలి, దానిపై సాధన చేయాలి, దానిలో సిద్ధిని పొందాలి మరియు సిద్ధితో సహజీవనం చేసి చివరకు మోక్షాన్ని పొందాలి. అదే యోగమని మనం గుర్తించాలి. శారీరక ఆరోగ్యానికి శారీరక వ్యాయామం ఎంత అవసరమో మానసిక ఆరోగ్యానికి మానసిక వ్యాయామం కూడా అంతే అవసరం. మీ శారీరక లేదా మానసిక దృఢత్వాన్ని పరమాత్మ తత్వంతో వినియోగించకపోతే అవి రెండూ వృధానే. ఎందుకంటే శరీరాలు నశ్వరములు కదా! అలాగే శారీరక లేదా మానసిక దృఢత్వాన్ని మీ ప్రకృతి గుణాలకు లోబడి స్వార్ధానికి వినియోగిస్తే ఫలితం విధ్వంసమే. దుర్మార్గులెవరూ మానసికంగా, శారీరకంగా బలహీనులు కారు! అటువంటివారి శక్తి వినాశనానికి హేతువౌతుంది.

11.7. ఇహైకస్థం జగత్ కృత్స్నం పశ్యాద్య స చరాచరమ్ ॥
మమ దేహే గుడాకేశ యచాన్యద్రష్టుమిచ్చసి ॥

శ్రీకృష్ణుడు అర్జునుడికి అనేక ఇతర విషయాలను వెల్లడించాడు, తద్వారా అతను సత్యాన్ని గ్రహించాడు. భూత, వర్తమాన, భవిష్యత్తు తనకు తెలుసునని శ్రీకృష్ణ భగవానుడు వెల్లడించారు.

మరణం మరియు పునర్జన్మ అంటే ఏమిటో కూడా వివరించాడు. అదే విధంగా జ్ఞానయోగాన్ని, కర్మయోగాన్ని వివరించి, స్వార్థ ఆశలు లేని కర్మయోగమే ఉత్తమమని ప్రకటించాడు. అర్జునుడు తన నిజస్వరూపాన్ని వెల్లడించమని కృష్ణుడిని ప్రార్థించాడు. శ్రీకృష్ణ భగవానుడు అర్జునుడికి తన నిజస్వరూపాన్ని వెల్లడించాడు. అదే విశ్వ రూపం. శ్రీకృష్ణ భగవానుడు తన తల్లి యశోదకు కూడా మన్ను తిన్నాడో లేదో పరీక్షించడానికి నోరు తెరవమని అడిగినప్పుడు తన నోటిలో అదే విశ్వాన్ని చూపించాడు. ఇది విశ్వం దేవుడనే మన విశ్వాసాన్ని మళ్లీ నిర్ధారిస్తుంది.

12.15 యస్మాన్నోద్విజతే లోకో లోకాన్నోద్విజతే చ యః ।
హర్షమర్షభయోద్వైగ్నై ముక్తోయస్న చ మే ప్రియః ।

ఈ శ్లోకంలో శ్రీకృష్ణ భగవానుడు తన ప్రకారం ఎవరు పరమాత్మ తత్వ సాధకుడో ప్రకటిస్తున్నాడు. అతని ప్రకారం ఇతరులకు అన్యాయమైన వేదన కలిగించని, ఇతరుల చర్యల వల్ల వేదనలో చిక్కుకోకుండా, సుఖం, దుఃఖం, ద్వేషం, స్వార్థం లేదా పక్షపాతం మొదలైనవాటితో చలించని సాధకుడే ఉత్తముడని చెప్పాడు. ప్రతి ఒక్కరూ తమ జీవితంలో ఏదైనా లక్ష్యాన్ని సాధించేటప్పుడు ఈ శ్లోకం గుర్తుంచుకోవడం ముఖ్యం. అనగా ప్రతిఒక్కరూ తాము

ఇతరులకు వేదన కలిగించకుండా, ఇతరులవలన వేదన పొందకుండా జీవించాలని దీనర్థం.

13.5. సత్వం రజస్తమ ఇతి గుణః ప్రకృతిసంభవా ॥ నిబధ్నన్తి మహాబాహో దేహే దేహినామ్ అవ్యయమ్ ॥

సత్వ, రజ, స్తమో గుణమనేవి మానవులు సహజంగా పుట్టుకతో పొందే మూడు లక్షణాలు. ఈ మూడు లక్షణాలు ఆయా శరీరాలలో ఆత్మలను బంధిస్తాయి. మరియు శరీరాలను దృశ్య, శబ్ద, రస, గంధ, స్పర్శాది గ్రహణాలకు ప్రతిస్పందించేలా చేస్తాయి. తద్వారా అవే లక్షణాలు మానవులలో వారి జన్మలు మరియు పునర్జన్మల సమయంలో ఆత్మను వెంటాడతాయి. మీ చుట్టూ అనేక సంఘటనలు జరుగుతాయి. మీ చుట్టూ ఉన్న ప్రజలు వివిధ అనూహ్య మార్గాల్లో ప్రవర్తిస్తారు. మీరు వాటిని ఆపలేరు కానీ మీరు ఎలా స్పందిస్తారు అనేది మీ చేతుల్లో ఉంది. మీరు పుట్టుకతో సత్వ, రజ, స్తమో గుణాలను పొందినప్పటికీ, అవి అభ్యాసం ద్వారా మరియు మీరు తీసుకునే ఆహారాల ద్వారా కొంతవరకు మార్పు చెందుతాయి.

14.9 సత్వం సుఖే సంజయతి రాజః కర్మణి భారతా ‖
జ్ఞానమ్ ఆవృత్య తు తమః ప్రమాదే సంజయత్యుత ‖

సత్వ గుణము అత్యంత సరళమైనది. ఇది శాంతి మరియు ప్రశాంతతను ఇస్తుంది, ధర్మ చింతనను ప్రేరేపిస్తుంది. ఈ వ్యక్తులు ఎక్కువ కారంగా లేకుండా మృదువైన ఆహారాన్ని ఇష్టపడతారు. సత్వ గుణ ప్రధానమైన వ్యక్తులు కూడా కార్య సాధకులే అయినా వారి లక్ష్యం ధర్మమై ఉంటుంది, వారి సాధనమార్గం కూడా ధర్మబద్ధమైనదే అయి ఉంటుంది.

రజో గుణము విజయాన్ని సాధించడానికి చర్యలోకి ప్రేరేపిస్తుంది. కొన్నిసార్లు, ఈ చర్యలు అహం లేదా స్వలాభం కోసం సాధించాలనే తపనపై ఆధారపడి ఉంటాయి. ఒక్కోసారి విజయం కోసం అక్రమ మార్గాలను అనుసరించడానికి కూడా వెనుకాడరు. రజోగుణ ప్రధానులు కారంగా ఉండి కరకరలాడే ఆహారాలను, బాగా వేగిన, మాడిన ఆహారాలను, వేడిగా ఉన్న ఆహారాలను ఇష్టపడతారు.

తమో గుణ ప్రజలు ఎక్కువగా పరిస్థితులకు స్పందించరు. వారు నిలువ ఉన్న ఆహారాలను, రుచికరంకాని ఆహారాలను తింటారు మరియు అతిగా నిద్రపోతారు.

ప్రతి వ్యక్తి శరీరంలో సత్వ, రజ, స్తమో గుణమనే మూడు గుణాలు ఉన్నాయి మరియు ఆధిపత్యం కోసం ఒకదానితో ఒకటి నిరంతరం పోటీపడతాయి. మంచివాళ్ళుకూడా చెడు ఆకర్షణలకు లోనవుతూనేవుంటారు. అలాగే చెడు వ్యక్తులకు కూడా ఒక్కోసారి తమ చెడు చర్యలను అంతరాత్మ ప్రశ్నిస్తూనే ఉంటుంది. ఈ గుణాలు నిరంతర ప్రయత్నం ద్వారా సాత్వికతవైపు అభివృద్ధి చెందుతాయని మనము ఇప్పటికే తెలుసుకున్నాము.

14.24. సమ దుఃఖ సుఖః స్వస్థః సమలోష్టాశ్మకాంచనః. తుల్య ప్రియాప్రియో ధీరః తుల్య నిందాత్మ సంస్తుతిః

మీ ధర్మకార్యనిర్వహణలో అనేక సుఖ, దుఃఖములను ఎదుర్కోవలసి వస్తుంది. సుఖములు కలిగినప్పుడు పొంగిపోకుండా, దుఃఖములు కలిగినప్పుడు కృంగిపోకుండా ఉన్నవాడే సాధకుడు. అతను మట్టి యందును రాయి యందును బంగారమునందును సమదృష్టి కలిగి ఉండాలి. అంటే అర్థం, దేనికి మోహితుడు కాకూడదు. ధైర్యంతో ఉండాలి. ఇతరులు చేసే నిందలను పొగడ్తలను సమానంగా స్వీకరించాలి. ఇతరులు మిమ్ములను పొగిడినంత మాత్రాన మీరు గొప్పవారు కాదు. మీతో అవసరం ఉన్నవారు మిమ్ములను పొగుడుతారు.

వారికి మీరు ఉపయోగపడకపోతే మిమ్ములను నిందిస్తారు. మీ గొప్పతనానికి తార్కాణం ఇతరులు మిమ్ములను నిందించడం లేదా స్తుతించటం కాదు. కానీ, దురదృష్టవశాత్తు ప్రతి వ్యక్తి పొగడ్తను వాస్తవమని నమ్ముతాడు. ఎందుకంటే, ఇతరులు తనను గురించి గొప్పగా భావిస్తుంటే ఎవరికి ఆనందం కలుగదు కనుక? వాస్తవానికి అలాంటి పొగడ్తకు నిజంగా అర్హత సాధించే ప్రయత్నం జరగాలి. లేకుంటే ఆ పొగడ్తకు ఆనందించడం ఆత్మవంచనే. గతంలో చెప్పినట్టుగా మీ నడవడిని మీరే అనుదినము సమీక్షించుకోవాలి. ఏమని, నేను సత్పురుషుని వలే ప్రవర్తిస్తున్నానా లేక పశువు వలే ప్రవర్తిస్తున్నానా అని. ఉదాహరణకు మీరు ఒక ప్రయాణం చేపట్టారు. మార్గమంతా ఒకేలా ఉంటుందా? ఉండదు. ఎత్తు పల్లాలు ఉంటాయి. అడ్డంకులు ఉంటాయి. మలుపులు ఉంటాయి. వాస్తవానికి మలుపులు ఉంటేనే మార్గానికి మజా. అలా కష్టాలు వచ్చినప్పుడు మీ ప్రయాణం ఆపకుండా మీ గమ్యం వైపు మీరు పయనించాలి. మీ ధర్మాన్ని మీరు నిర్వర్తించాలి. అదే భగవద్గీత మనకు అందించే మహత్తర ప్రబోధం.

16.2 అహింసా సత్యమక్రోధః త్యాగః సన్తిరపైసునమ్ ।
దయా భూతేష్వలోలుప్త్వం మార్దవం హ్రీరచపాలమ్ ।

తనని మినహాయించి ఇతరుల ప్రయోజనం కోసం చేసేది పరమాత్మ తత్వ వర్గంలో ఉంటుందని మనం ఇంతకు ముందు తెలుసుకున్నాము. అలాంటి వ్యక్తులు ప్రపంచంలోనే అత్యుత్తములు. ఈ శ్లోకంలో శ్రీకృష్ణ భగవానుడు అటువంటి వ్యక్తుల లక్షణాలను వివరిస్తున్నాడు. వారు అహింసను పాటిస్తారు, ఆనందాన్ని కలిగించే మాటలు మాట్లాడతారు, శత్రుత్వం లేదా ప్రతీకారాన్ని పెంచుకోరు, త్యాగం చేయడానికి సిద్ధంగా ఉంటారు, శాంతిని కాపాడుతారు, ఇతరులను నిందించరు, అన్ని జీవుల పట్ల అనురాగాన్ని కలిగి ఉంటారు. ఇతరుల నుండి ఆశించరు, సున్నితంగా ఉంటారు, సామాజికంగా ఆమోదయోగ్యం కాని పనులు చేయకుండా ఉంటారు. మరియు వారు వ్యర్థమైన పనులు చేయరు. నిర్భయంగా, నిష్పక్షపాతంగా, మనసులో, మాటలో, చేతల్లో ఏకాభిప్రాయం కలిగి ఉంటారు అనగా త్రికరణ శుద్ధి కలిగివుంటారు. ఎక్కువ ఆడంబరం లేకుండా ఇతరులకు సహాయం చేస్తారు, నేర్చుకోవడానికి ఎల్లప్పుడూ సిద్ధంగా ఉంటారు, ఏ విషయంలోనైనా అతిగా ప్రవర్తించరు మరియు భగవంతుడిని మరియు పెద్దలను గౌరవిస్తారు, క్రమశిక్షణతో

ప్రవర్తిస్తారు, సమయాన్ని పాటిస్తారు మరియు తమ శరీరాన్ని శుభ్రంగా ఉంచుకోవడానికి ఇష్టపడతారు. ఏ వ్యక్తి అయినా అతను ఏ వృత్తిలో ఉన్నా అనుసరించడానికి ఇవి ఉత్తమ మార్గదర్శక సూత్రాలు. పై సూత్రాలను పాటించని వ్యక్తి తన ప్రయత్నాలలో విఫలమవుతాడు లేదా పాపాత్ముడిగా మారి శిక్షను పొందుతాడు లేదా తన పరువు పోగొట్టుకుంటాడు. అతను యాద్చ్చికంగా లేదా అతని అదృష్టం కారణంగా ఎప్పుడైనా విజయం సాధించినా, అతను విజయాన్ని ఆస్వాదించలేడు లేదా ఎక్కువ కాలం దానిని నిలుపుకోలేడు. ఒక వ్యక్తి పైన పేర్కొన్న వాటికి వ్యతిరేక లక్షణాలను పెంపొందించుకుంటే, అతను తన చర్యల మంచిచెడులను నిర్ధారించుకోలేడు. అతను దారితప్పిపోతాడు. దుర్గుణాలకు లొంగిపోతాడు, డబ్బు, కీర్తి మరియు ఆరోగ్యాన్ని కోల్పోతాడు. అతను అకాలమరణాన్ని పొందుతాడు లేదా అసమర్థుడవుతాడు.

17.2 త్రివిధాభవతి శ్రద్ధా దేహినాం స స్వభావజా ॥
సాత్విక్ రాజసీ చైవ తామసీ చేతి తాం శృణు ॥

మానవులకు వారి స్వభావం ప్రకారం మూడు రకాల ప్రవర్తనలు ఉన్నాయి: సాత్విక, రాజస మరియు తామస. సాత్విక గుణం

ఉత్తమమైనది. రాజస గుణం అన్ని సందర్భాలలోనూ చెడు కాదు కానీ తామస ప్రవర్తన చెడ్డది. సాత్విక వ్యక్తి ఇతరుల ప్రయోజనం కోసం ప్రయత్నిస్తాడు. అతను వినయంతో అవసరమైన వారికి సహాయం చేస్తాడు. రాజస వ్యక్తి తన స్వలాభం కోసం పని చేస్తాడు మరియు ఆడంబరంగా ఉంటాడు. తామస వ్యక్తి విలువైన పని ఏదీ చేయడు. ఆహారాలు కూడా సాత్విక, రాజస మరియు తామస స్వభావం కలిగి ఉంటాయి. ఆహారం, పానీయం, వాసన, దృష్టి, వినికిడి మరియు ఇతర అనుభూతి మన ఆలోచనా విధానాన్ని ప్రభావితం చేస్తాయని మనకు తెలుసు. అందువల్ల, ఒక వ్యక్తి తన ఆహారాలు మరియు ప్రవర్తన ఎంపికలో నిరంతరం అప్రమత్తంగా ఉండాలి.

17.3 సత్వానురూపా సర్వస్య శ్రద్ధా భవతి భారతా ॥ శ్రద్ధామయో అయం పురుషో యో యచ్ఛ్రద్ధః స ఏవ సః ।

మునుపటి శ్లోకంలో శ్రీకృష్ణుడు అర్జునుడికి వివరించాడు, మానవ లక్షణాలు స్థూలంగా నాలుగు: సాత్విక, రాజసి, తామసి మరియు శాస్త్ర విహిత కర్మలను ఆచరించే లక్షణం. శాస్త్ర విహిత కర్మలను ఆచరించే లక్షణం శాస్త్రముచే నిర్దేశింపబడిన మార్గంలో నిరంతర సాధన వలన కలుగుతుంది. ఇతర మూడు లక్షణాలు సహజంగా పుట్టుకతో పొందబడతాయి. సహజ లక్షణాలను

మానవులు వారి స్థితి మరియు శక్తిని బట్టి ప్రదర్శిస్తారు. వారు పేర్వేరు వ్యక్తులతో మరియు విభిన్న పరిస్థితులలో భిన్నంగా ప్రవర్తిస్తారు. వారు దానిని యుక్తి అని పిలవవచ్చు కానీ అది యుక్తి కాదు. వారి ప్రవర్తన పరిస్థితుల ద్వారా ప్రభావితమవుతుంది. ఉదాహరణకు, వారు ఒక శక్తవంతమైన వ్యక్తి ముందు ఒక నిర్దిష్ట పద్ధతిలో ప్రవర్తిస్తారు మరియు బలహీనమైన వ్యక్తి ముందు వారు వేరే పద్ధతిలో ప్రవర్తిస్తారు. వ్యక్తుల ప్రవర్తన వారి ఉద్యోగం ద్వారా ప్రభావితమవుతుంది. ఉదాహరణకు, ఒక పోలీసు అధికారి, ఒక ఉపాధ్యాయుడు, ఒక బీమా ఏజెంట్, ఒక వ్యాపారవేత్త, ఒక రాజకీయ నాయకుడు, ఒక ఉన్నత స్థాయి సివిల్ సర్వెంట్, ఒక న్యాయమూర్తి మరియు ఒక బిచ్చగాడు: ఇలా అందరూ భిన్నమైన రీతిలో ప్రవర్తిస్తారు. తమ ఉద్యోగాలు పోయాయనుకోండి, వారి ప్రవర్తన కూడా పరిస్థితులకు అనుగుణంగా మారుతుంది. ఇది సరైన ప్రవర్తన కాదు. వారు ఏ స్థితిలో ఉన్నా, సాత్విక, రాజసి, తామసి వంటి వారి సహజ లక్షణాలచే ప్రభావితం కాకుండా వారి ప్రవర్తన ఖచ్చితంగా వారి విధికి అనుగుణంగా ఉండాలి. వారు తమ గర్వం, ఆధిపత్యం లేదా క్రూరమైన ప్రవర్తనను ప్రదర్శించకూడదు. వారు ఇతరుల పట్ల కూడా అనవసరమైన శ్రద్ధ చూపకూడదు. వారు తమ విధి నిర్దేశించినది మాత్రమే చేయాలి.

17.7 ఆహారస్త్వపి సర్వస్య త్రివిధో భవతి ప్రియః ॥
యజ్ఞస్తపస్తథా దానం తేషాం భేదమిమం శృణు ॥

సాత్విక, రాజసి మరియు తామసి ప్రజలకు ఆహారపు అలవాట్లు లాగానే వారి చర్యలు, పూజలు మరియు వారు చేసే దానవిధానాలు కూడా మారుతూ ఉంటాయి. రాజస చర్యలు ముఖ్యంగా డాంబిక ప్రధానంగా ఉంటాయి. పేరు ప్రఖ్యాతులు రావాలని ఆశిస్తారు. ఇతరులు వారి చర్యలను గుర్తించి శ్లాఘించాలని కోరుకొంటారు.

17.8. ఆయుః సత్వబలారోగ్యసుఖప్రీతివివర్ధనః ।
రస్యాః స్నిగ్ధాః స్థిరా హృద్యా ఆహారాః సాత్వికప్రియా ॥

సాత్విక ప్రజలు ఆరోగ్యకరమైన, రుచికరమైన, మృదువైన మరియు బలాన్ని మరియు దీర్ఘాయువును ప్రోత్సహించే ఆహారాలను ఇష్టపడతారు. అవి త్వరగా శరీరంలో జీర్ణమవుతాయి. కాబట్టి, మీరు జీవితంలో విజయం సాధించాలనుకుంటే, మీరు సాత్విక ఆహారాన్ని స్వీకరించాలి. సాత్విక స్వభావం గల వ్యక్తులు పరమాత్మ తత్వానికి దగ్గరగా ఉంటారు.

17.9. కట్వామ్లా లవణాతు ఉష్ణా తీక్షా రూక్ష విదాహినా ।
ఆహార రాజసయ ఇష్ట దుఃఖశోకమయప్రదా ॥

రాజస తత్వం ఉన్నవారు సాధారణంగా పులుపు, లవణం, మసాలా, ఎక్కువ వేడిగా మరియు కాల్చిన ఆహారాన్ని ఇష్టపడతారు. ఇటువంటి ఆహారాలు దాహం, వ్యాధి మరియు దుఃఖాన్ని కలిగిస్తాయి. తామస ప్రజలు జంక్ ఫుడ్ మరియు రుచి లేని సగం ఉడికించిన ఆహారాన్ని ఇష్టపడతారని మరియు అలాంటి ఆహారాలు సోమరితనం మరియు స్థూలకాయాన్ని కలిగిస్తాయని మనము ఇప్పటికే చర్చించాము. రాజస తత్వానికి చెందిన వ్యక్తులు చాలా ఆడంబరంగా మరియు ప్రతిఫలంగా ఏదైనా ఆశించి ప్రతిదీ చేస్తారు.

18.63. ఇతి తే జ్ఞానమాఖ్యాతం గుహ్యాత్ గుహ్యతరం మయా ॥
విమృష్టైతదశేషేణ యథేచ్ఛసి తథా కురు ॥

శ్రీకృష్ణ భగవానుడు అర్జునుడికి ఒక వ్యక్తి యొక్క విధి ఏమిటో మరియు దానిని ఎలా నిర్వర్తించాలో వివరించాడు. సాత్విక, రాజస, తామస ప్రజల లక్షణాలు ఏమిటో కూడా వివరించి, వారు ఏమి తింటారు, ఎలా ప్రవర్తిస్తారు అనే విషయాలను

వివరించారు. మానవ భౌతిక రూపాలు నశించగలవని, ఆత్మ ఒక్కటే శాశ్వతమని వివరించారు. ఎవరి కర్మలు వారే చేసుకోవాలి. మీరు మీ కర్మలను చేయకపోతే మీరు పిరికితనం లేదా అసమర్థత కారణంగా నిందించబడతారు. అలాంటి నింద మరణం కంటే ఘోరమైనది. ఆత్మలు వరుస జన్మలకు పాపాలను, పుణ్యాలను మోస్తాయని కూడా ఆయన వివరించారు. అందుకే, పుణ్యాలను కూడగట్టుకోవాలి తప్ప పాపాలను కాదు. క్షత్రియునిగా నీ కర్తవ్యాన్ని నిర్వర్తించకుంటే నీవు పాపంతో కలుషితమవుతావు.

ప్రభువు చివరగా చెప్పాడు, నేను మీకు అన్నీ చెప్పాను. ఇప్పుడు మీ కర్తవ్యాన్ని నిర్వర్తించాలా వద్దా అనేది మీరే నిర్ణయించుకోవాలి కానీ మీ సహజ స్వభావంతో మీరు యుద్ధం చేయడానికి ప్రేరేపించబడతారని గుర్తుంచుకోండి. మీ సహజ స్వభావం ద్వారా మీరు కురుక్షేత్రంలో పాల్గొనకుండా తప్పించుకోలేరు. శాస్త్రవిహిత కర్మలను త్యజించినప్పుడు జరిగేది సహజ లక్షణ ప్రేరిత కర్మనే కదా!